கடுங்காலத்தின் கதைகள்

ஆதவன் தீட்சண்யா

கருப்புப் பிரதிகள்

கடுங்காலத்தின் கதைகள்
ஆசிரியர்: ஆதவன் தீட்சண்யா
முதற்பதிப்பு: ஜனவரி 2020
வெளியீடு:
கருப்புப் பிரதிகள்
பி-55 பப்பு மஸ்தான் தர்கா, லாயிட்ஸ் சாலை,
சென்னை - 600 005
பேசி: 94442 72500
மின்னஞ்சல்: *karuppupradhigal@gmail.com*
முகப்பு வடிவமைப்பு & உள் ஓவியம்: கார்த்தி
உள்வடிவமைப்பு: ஆதவன்
அச்சிட்டோர்: ஜோதி எண்டர்பிரைசஸ், சென்னை - 5
விலை: ரூ.100/-

Kadungaalatthin kathaigal
Author: Aadhavan Dheetchanya
First Edition: January, 2020
Published by: Karuppu Pradhigal
B-55 Pappu Masthan Darga, Lloyds Road, Chennai - 600 005
Cell: 94442 72500
e-mail: karuppupradhigal@gmail.com
Cover Design & Illustration: Karthi
Layout: Aadhavan
Printed by: Jothy Enterprises, Chennai - 5
Price: Rs.100/-

கருப்புக் குறிப்புகள்

ஜார் மன்னனும் கோல்வால்கரும் இணைந்து ஆளும் பிரதேசத்தில் நாம் எப்படி வாழ்வோம், வதைபடுவோம், போராடுவோம் என்கிற கற்பனை நியாயங்களை சித்திரங்களாய் கொண்டிருக்கும் கதைகளிவை. பகடியை நம் சோர்வைப் போக்கும் ஆயுதமாக மொழியிலும் இலக்கியத்திலும் ஆழமாய் பாவித்துவரும் தோழர் ஆதவனின் இச்சிறுகதைகள் போராடும் நமக்கே உரித்தானவை மட்டுமல்ல. நம்முடைய போராட்டத்தை பொதுமக்களிடமும் தெரிவிக்கக்கூடிய ஆற்றல் கொண்டவை. அவரோடு இணைந்து பயணிப்பது கருப்புப் பிரதிகளின் பேறு.

தொடர்ந்து வர்க்க ஓர்மையோடும் கருத்தியல் சார்போடும் புத்திலக்கிய தேடல்களோடும் தோழமை கொண்ட உறவை ஆதவனோடு பேணுவதை கருப்புப் பிரதிகள் தமது அரசியலாக்கிக் கொள்ளும் உணர்வோடு காலத்தின் மனமோர்ந்த இக்கதைகளை வெளியிடும் வாய்ப்பை நல்கிய 'சகோதரர் ஆதவனுக்கு நன்றியும் அன்பும்.

முகப்பை அழகுற வடிவமைத்த கார்த்தி, பதிப்பின் உறுதுணையாளர்கள் அமுதா, விஜய் ஆனந்த் (பெங்களூரு), ஷோபாசக்தி, தேவதாசன், விஜய பாஸ்கர், ஜீவமணி, விஜயன் ஆகியோருக்கு எங்களது நன்றிகள்..

தோழமையுடன்
நீலகண்டன்

சூளையனலுக்குள் சொருகப்பட்டதைப் போன்ற பதைபதைப்புடன் ஒவ்வொரு நொடியையும் கழிக்கும்படியாக சூழல் மாற்றப்படுவதைச் சகியாது இணுக்களவேனும் எதிர்ப்பு தெரிவிக்கும் எவரொருவருக்கும்...

முப்பேரழிவைத்* தடுத்திட முனைமுகத்தே நிற்கும் எம் மாணவப்போராளிகளுக்கு...

---

* CAA, NRC, NPR

○
கோய்லெட்
○
காமியதேசத்தில் ஒருநாள்
○
தர்க்கம் அற்ற கதை
○
ஹிட்லினி
○
இந்த நாடகத்தில் நீங்களும் நடிக்கிறீர்கள்
○
மாண்புமிகு இரும்பு ஆண்மணி
○
குஞ்சம் கட்டவா கொம்புகள்?
○
அடுத்த கதை...?
○
எழுதா நிலை

நிலைமீளத் திமிறும் இவ்வேளையில்...

யானை பிளிறியேகும் தடமென்றாயினும் அங்கு அச்சமின்றியே முளைக்கின்றன மீச்சிறு தாவரங்கள். சிங்கமும் புலியும் நீரருந்தும் வேளையிலும் அதே காட்டாற்றில் நீந்திக் களிக்கின்றன மீன்குஞ்சுகள். இவற்றில் எதனது இருப்பும் யாதொன்றின் பொருட்டானதுமன்று, தன்னளவில் அதனதன் வாழ்வை வாழ்ந்தே தீர்க்கின்றன. இயற்கை போதிக்கும் இந்த சூட்சுமம் தேர்ந்த எம்மக்கள் தமது வாழ்வுக்கான வேட்கையில் சாவை துச்சமெனத் தழுவி மாய்கிறார்கள். சடசடவெனப் பாயும் குண்டுகளால் தம்முடல் சன்னஞ்சன்னமாய் வெடித்துச் சிதறும் போதும் பின்வாங்காது களத்தில் நிலைக்கிறார்கள். தாக்குண்டு பீறிடும் தம் உதிரந்தொட்டு தேசத்தின் கனவை வீரமாய் வரைந்துகொண்டிருக்கும் அவர்கள், வன்மிகள் இதுகாறும் ஏந்தியறியாத ஆயுதமாய் பூங்கொத்தினை நீட்டி அவர்களை நிலைகுலைத்து வீழ்த்துகிறார்கள்.

நானொரு நிலையெடுத்தாக வேண்டும் இப்போது. துணிதலுக்கும் பணிதலுக்குமிடையே, வாழ்தலுக்கும் வீழ்தலுக்குமிடையே, ஜனநாயக மாண்புகளுக்கும் சர்வாதிகாரத்துக்குமிடையே, சமத்துவத்துக்கும் பாகுபாட்டுக்குமிடையே நடுவாந்திர நிலையென்றேதும் இல்லாதபோது நான் மட்டும் எங்ஙனம் நடுநிலை வகிக்கும் அற்பத்தனத்தை கைக்கொள்ள முடியும்? அச்சத்தினாலோ ஆதாயத்திற்காகவோ நயந்து பல்லிளிக்காமல் நைச்சியம் பழகாமல் அல்லது நமட்டுச்சிரிப்போடு நழுவியோடாமல் இக்கணத்தை எதிர்கொள்ளும் எம்மக்களை பின்தொடர்கிறேன் எழுத்தாக.

எல்லாவற்றையும் இப்போதே எழுதிக்கொண்டிருக்க முடியாது. யாதொன்றையும் எழுதாமல் ஒத்திவைக்கவும் ஏலாது. என் நிலமும் பொழுதும் மக்களும் தமது நிலைமீளத் திமிறும் இவ்வேளையில் நான் இவ்விதமாக எழுதிப் பார்த்திருக்கும் கொஞ்சத்திலிருந்து நீங்கள் எதைக் காண்பீர்களென நானறியேன்.

தோழமையுடன்,
ஆதவன் தீட்சண்யா
manuvirothi@gmail.com
ஒசூர்,
2020 ஜனவரி 12

KOILET: கோய்லெட்

சட்டப்பூர்வ எச்சரிக்கை

இந்தக்கதையைப் படிப்பது மனநலத்திற்கு மிகவும் தீங்கானது. கதை கதையைக் கெடுக்கும், கதையைப் படிப்பவரோ ஊரைக் கெடுப்பார். ஊர் கெடுமானால் உலகம் கெடும், உலகம் கெட்டால் கதைகளும் கெடும். இந்தக்கதையைப் படிப்பது மனநலத்திற்கு தீங்....

கோய்லெட் என்பது கட்லெட், சாக்லெட் போன்றதொரு தின்பண்டம்/ நொறுவாய் என்று நினைத்துக்கொள்கிறவர்கள் சரியான தீனி முழுங்கிகளாகத்தான் இருக்கமுடியும். டாய்லெட் என்பதன் முதலெழுத்துதான் மாறி இப்படி தவறுதலாக கோய்லெட்டாக அச்சாகிவிட்டதெனக் கருதி 'செப்பம் செய் செம்மல்கள்' பிழைத் திருத்தம் செய்ய கிளம்புவதும் அவசியமற்றது. ஆனால் கதையின் களம் கக்கா நாடாக இருப்பதால் இது டாய்லெட் பற்றியதாகத்தான் இருக்கும் என்கிற யூகம் கதைக்காரனை ஆதாரமாக கொண்டது தானேயன்றி கதையைப் பற்றியதல்ல என்பதை மட்டும் சொல்ல வேண்டிருக்கிறது.

வீட்டோரம், தெருமுக்கு, ஆற்றங்கரை, வயல்வெளி, கோயில் வாசல், ரயில் ரோடு, பள்ளிக்கூடம் என்று கண்ட இடத்திலும் வருடத்திற்கு 9லட்சம் டன் அளவுக்கு பேழ்கிறவர்கள் நிறைந்த நாடு என்பதால் கக்கா நாடு என்கிற காரணப்பெயர் வந்ததென ருசுப்பிக்கும் பூர்வாங்க சரித்திரக் குறிப்புகளை அண்டார்டிகா ராயல் மியூசியத்தில் இப்போதும் காணமுடியும். கக்கா நாட்டின் தொல்லியல் ஆய்வுத் துறையால் பாதுகாக்கப்பட்டு வரும் பென்னம்பெரிய அரண்மனைகளில் கூட கழிப்பறை ஏற்பாடு இல்லாததை கண்டறிந்து ஆய்வாளர் ஒருவர் எழுதிய 'அந்தக்காலத்தில் கக்கூஸ் இல்லை' என்கிற கட்டுரையையும் இதற்கு ஆதாரமாக கொள்ள முடியும். உப்பரிகை மஞ்சத்தில் உல்லாசமாய் புரளும் உலகாண்ட சக்கரவர்த்திகூட இங்கு வெட்ட வெளியில்தான் கக்கா போயிருக்க முடியும் என்பதை நிறுவும் இக்கட்டுரை, அப்படி போனவர்களுக்குப் பின்னாலேயே தண்ணீரோடு அலைந்தவர்களை மனதில் வைத்தே அதிகாரத்துக்கு நெருக்கமானவர்களை 'சொம்புத்தூக்கிகள்' என்றழைக்கும் வழக்கம் இன்றும் நடப்பிலிருப்பதாக கூறுகிறது.

மட்ட மத்தியானத்தில் பட்டப்பகலில் கொடுக்கப்பட்ட சுதந்திரத்தை ராகு காலம் எமகண்டம் பார்த்து நட்டநடுராத்திரியில் வாங்கிக்கொண்டு 'நாயும் பேயும் உறங்கும் இந்த நடுநிசிவேளையில் நாம் விழித்தெழுந்து வாழ்வும் விடுதலையும் பெறுகிறோம்' என்று வீரவுரையாற்றிய அந்த நாட்டின் முதல் பிரதமரது கொள்ளுப்பேரன் காலமிது. மன்னராட்சி ஒழிந்து குடியாட்சி ஏற்பட்டிருந்த போதிலும் அந்த முதல் பிரதமரது வாரீசுகள்தான் பரம்பரையாக ஆண்டு வருகிறார்கள். இடையிடையே சில அத்தக்கூலிகள் பிரதமராக இருந்திருந்தாலும் பெரும்பாலான காலம் அந்த நாற்காலியைத் தேய்க்கும் தேசியக்கடமையை அந்தக் குடும்பமே நிறைவேற்றி வருகிறது. இதுகுறித்து மக்கள் மத்தியில் அதிருப்தி உருவாகாமல் தடுக்கும் பொருட்டு தனது தொலைக்காட்சியான டூப்தர்ஷன் மூலமாக 'எல்லோரும் இந்நாட்டு மன்னர்' என்கிற முழக்கத்தை பிரபலமாக்கியது அந்தக்குடும்பம். ஆனாலும் பேருக்குத்தான் எல்லோரும் மன்னர், ஊருக்கு அவர்களே மன்னர் என்று ஆங்காங்கே எழுந்த எதிர்ப்பினை அடக்கும் தந்திரமாக 'யார் வேண்டுமானாலும் பிரதமராகும் உரிமைச் சட்டம்' என்கிற சட்டம் ஒன்றை கக்காநாட்டு அரசு நிறைவேற்றியது.

'யார் வேண்டுமானாலும் பிரதமராகும் உரிமைச்சட்டத்தின்'படி கக்கா நாட்டின் குடிமக்கள் எல்லோருக்குமே ஒரே பெயர்தான் - பிரதமர் வேட்பாளர். ஆண் பெண் திருநங்கை திருநம்பி என்று யாராக இருந்தாலும் கக்கா நாட்டைப் பொறுத்தவரை பிரதமர் வேட்பாளர் என்பதுதான் அவரது பெயர். பிரதமரே ஆகிவிட்டாலும் அவரது பெயர் பிரதமர் வேட்பாளர்தான். முதலாம் ஜார்ஜ், ஏழாவது போப், பதினெட்டாம் ஆதீனம், இருபத்திநான்காம் தீர்த்தங்கரர் என்று மன்னர்களுக்கும் மதப்பெரியவர்களுக்கும் இருப்பது போன்று முதலாம் பிரதமர் வேட்பாளர், முப்பதாம் பிரதமர் வேட்பாளர் என்று எண் மட்டும்தான் மாறுமே தவிர பெயர் ஒன்றுதான். 'ஏய்/ டேய் பிரதமர் வேட்பாளர்' என்று கூப்பிட்டால் கக்கா நாட்டு குடிமக்கள் அத்தனைப் பேருமே திரும்பிப் பார்ப்பார்கள்.

சாக்ரடீஸ், இங்கர்சால், கார்ல் மார்க்ஸ், ஆப்ரகாம் லிங்கன், நைட்டிங்கேல் போன்ற பெயர்கள் நாடுகளைக் கடந்து பிரபலமடைந்து உலகெங்கும் பலராலும் சூட்டிக்கொள்ளப்படுவதைப் போன்று கக்கா நாட்டு மக்களின் பெயரை வேறுநாட்டவர் எவரும் சூட்டிக் கொள்ளாதிருந்த நிலை கி.பி.2013ல் திடுமென மாறியது. ஆசியாக் கண்டத்தின் இந்தியாவைச் சேர்ந்த நரேந்திர மோடி என்பவர் தன்னை

பிரதமர் வேட்பாளர் என்று அறிவித்துக்கொண்டு உலகத்தையே ஆச்சர்யத்தில் மூழ்கடித்தார். இதைக் கேள்விப்பட்ட கக்காநாட்டு மக்களோ, நேரடியாக பிரதமரை தேர்ந்தெடுக்காத ஒரு நாட்டில் தன்னை பிரதமர் வேட்பாளர் என்று ஒருவர் அறிவித்துக் கொண்டிருக்கிறார் என்றால் அவர் நிச்சயமாக தங்களது வம்சாவளியைச் சேர்ந்தவராகத்தான் இருக்கமுடியும் என்றும் புலம்பெயர்ந்து இந்தியாவுக்குப் போய்விட்ட பின்னும்கூட தனது பூர்வீகத்தை மறக்காமல் இருப்பதால்தான் ‘பிரதமர் வேட்பாளர்’ என்று தன்னை அறிவித்துக்கொண்டிருக்கிறார் என்றும் எண்ணி புளகாங்கிதம் அடைந்தனர். தங்களது பெயரை கடல்கடந்தும் பிரபலமாக்கியவர் என்கிற அடிப்படையில் நரேந்திர மோடி இந்தியாவைவிடவும் கக்கா நாட்டில் வெகுவாக பிரபலமடைந்து கொண்டிருந்தார்.

அடக்கம் செய்யும்போது திருப்பித்தருவதாக அடமானப்பத்திரம் எழுதிக் கொடுத்துவிட்டு பிணத்தின் நெத்திக்காசை பிடுங்கிக்கொண்டு போய் பங்குச்சந்தையில் முதலீடு செய்கிற மோசடியை பொருளாதாரச் சீர்திருத்தம் என்று ஆதரிப்பவர்தான் நரேந்திர மோடியும். ஒரே வாரத்தில் இரண்டாயிரத்துக்கும் மேற்பட்ட சவப்பெட்டிகளை உற்பத்தி செய்வதற்கான தேவையை உருவாக்கி தொழில்வளர்ச்சிக்கும் கூட அனுசரணையானவர்தான் அவர் என்பதும்கூட கி.பி.2002ஆம் ஆண்டே நிரூபிக்கப்பட்ட விசயம்தான். அவர் நீராராடியா, டாடா போன்றவர்களுக்கு நெருக்கமாயும் அம்பானி அதானிகளுக்கு அணுக்கமாயும் இருப்பவர் என்கிற விசயமெல்லாம் அனுமார் போல நெஞ்சைப் பிளந்துக் காட்டாமலே ஊரறிந்த விசயம்தான். அகமதாபாத் ஜேட் புளு டிசைனர் குர்தாவில் ஆப்பிரிக்காவின் மோண்ட் பிளாங்க் பேனாவை சொருகிக்கொண்டு அமெரிக்காவின் மோவாடோ கடியாரமும் இத்தாலியின் புல்காரி குளிர்கண்ணாடியும் அணிந்து பன்னாட்டு ப்ராடுகளின் - ஸாரி - ப்ராண்டுகளின் நுகர்வாளராக ஆடம்பரத்தில் திளைத்துக்கொண்டே சிந்தனையிலும் செயலிலும் தன்னையொரு சுதேசி வெறியராக காட்டிக்கொள்கிற வேடதாரி என்கிற விமர்சனத்திற்கு அவர் ஆளாகியிருந்தார்.

நரேந்திர மோடி ஆட்சிக்கு வந்தால் நாட்டின் வளர்ச்சியை பின்னுக்குத்தள்ளி ராமர் கோயில் கட்டுவது போன்ற விசயங்களுக்குத் தான் முன்னுரிமை கொடுப்பார் என்றும் அவர்மீது வலுவானதொரு குற்றச்சாட்டு பரவிக்கொண்டிருந்தது. நாட்டையே பின்னுக்குத் தள்ளுவதுதான் இந்தியாவில் வளர்ச்சி என சொல்லப்படுகிறது என்கிற

உண்மை ஒருபுறமிருக்க, அப்பேர்ப்பட்ட வளர்ச்சியை பின்னுக்குத் தள்ளுகிறவனாக தன்னைப்பற்றிய சித்திரம் உள்நாட்டு வெளிநாட்டு முதலாளிகள் மனதில் படிவதை உடனடியாக தடுக்க வேண்டும் என்கிற பதற்றத்திற்கு ஆளான மோடி அவசரமாக சில முடிவுகளை எடுக்க வேண்டியிருந்தது. கோயிலை முன்வைத்து ஆட்சிக்கு வரமுடிந்தால் கோயிலை முன்வைப்பது, கோயிலை முன்வைத்தால் எடுபடாது என்று தெரிந்தால் கோயிலைத் தூக்கி குப்பையில் போட்டுவிட்டதாக காட்டி ஆட்சியைப் பிடிக்க முயற்சிப்பது என்கிற தந்திரத்தை அரசியலாகப் பயின்றவர் இந்த மோடி. எனவே வளர்ச்சிக்காகவே வாழ்கிறவராக தன்னைக் காட்டிக்கொள்கிற வேகத்தில் ‘‘கோயில்களைவிட கழிப்பறைகளைக் கட்டுவதற்கே நான் முன்னுரிமை அளிப்பேன்’’ என்று அதிரடியாக அறிவித்தார்.

கோயிலை விட கழிப்பறைகளே முக்கியம் என்று இதற்கு முன்பு இந்தியாவின் இலாகா உள்ள அமைச்சர்களில் ஒருவராகிய ஜெயராம் ரமேஷ் சொன்னபோது எகிறிகுதித்த மதவாதிகளெல்லாம் இப்போது மோடி சொன்னதைக் கேட்டு ஆரவாரம் செய்து ஆதரித்தார்கள். கோயில், கழிப்பறை என்கிற வார்த்தைகளைப் பயன்படுத்தி மோடி எப்போதோ பேசியதற்கெல்லாம் இப்போது பதவுரை பொழிப்புரை எழுதினர் அவரது சீடக்கோடிகள். கையால் மலமள்ளுவதை கடவுளுக்கு ஆற்றும் பணி என்று சில ஆண்டுகளுக்கு முன்பு பினாத்திய மோடி இப்போது கோயிலைவிடவும் கழிப்பறையே முக்கியம் என்று சொல்லியிருப்பதை புரட்சிகர மாற்றம் என்று ஊடகங்கள் வர்ணித்தன. 13 ஆண்டுகள் தொடர்ந்து ஒரு மாநிலத்தின் முதல்வராக இருந்தும் அங்கு இன்னமும் முக்கால்வாசிப் பேருக்கு கழிப்பறைத்தேவையை நிறைவேற்றித் தராதவர் இந்த மோடி என்கிற உண்மையும் இருட்டடிப்பு செய்யப்பட்டது.

சராசரியாக ஒரு வினாடிக்கு ஒரு கழிப்பறை என்கிற வீதத்தில் ஓராண்டு முழுவதும் கட்டிமுடித்தால்தான் 2015க்குள் அனைவருக்கும் கழிப்பறை என்று ஐ.நா.அறிவித்துள்ள புத்தாயிரமாவது ஆண்டின் இலக்கை இந்தியாவால் எட்டமுடியும் என்ற நிலையில் *(http://www.downtoearth.org.in/content/toilet-second/Richard Mahapatra, 15.11.2011)* அதற்காக மோடியிடம் என்ன திட்டம் இருக்கிறது என்று போரடிக்கிற புள்ளி விவரங்களைக் காட்டி அரசியல் விமர்சகர்கள் கேள்வி எழுப்பினர். உத்தரகாண்ட் வெள்ளத்தில் மாட்டிக் கொண்டவர்களில் பத்தாயிரக்கணக்கான குஜராத்தியர்களை

ஒற்றையாளாக காப்பாற்றிய மோடிக்கு இதெல்லாம் ஜூஜூபி மேட்டர் என்று அவரது சீடர்கள் அசால்டாக பதிலளித்தனர்.

மன்மோகனாமிக்ஸ் பயின்றவரும் சிக்கனத்தின் உதாரணமாய் விளங்குகிறவருமான திட்டக்குழுவின் உதவித்தலைவர் மான்டோக்சிங் அலுவாலியா 35 லட்சம் ரூபாயில் தனது கழிப்பறையை எளிமையாக புதுப்பித்துக் கொண்டிருக்கும் நிலையில் மோடியானவர் குடிமக்களுக்கு கட்டித்தரப் போவதாக சொல்லும் கழிப்பறைகளுக்கு செலவிடப்படும் தொகை எவ்வளவு என்கிற கேள்வியை யாரும் எழுப்பவேயில்லை. அனைவருக்கும் கழிப்பறை கட்டித்தருவதற்காக ஏற்கனவே தொடங்கப்பட்டுள்ள நிர்மல் பாரத் அபிக்யான் திட்டத்தை செயல் படுத்த குறைந்தபட்சம் 50ஆயிரம் கோடி ரூபாயாவது ஒதுக்கீடு செய்தாகவேண்டும் என்பதை கணக்கிட்ட சில தொழில்நிறுவனங்கள் கோயிலைவிட கழிப்பறை கட்டுவதற்கே முன்னுரிமை என்கிற மோடியின் திட்டத்திற்கு ஆதரவு தெரிவித்தன. ஆனால் ஒரு லட்சம் கோடி அளவுக்காவது ஊழல் செய்வதற்கு வாய்ப்பில்லாத இந்தத் திட்டத்தில் ஈடுபடுவது தமது அந்தஸ்துக்கு இழுக்கானது என்று கருதிய முன்னணி தொழிற்குழுமங்கள் ஒதுங்கி நின்றதில் வியப்பேதும் இல்லை.

இக்கட்டான ஒரு கேள்வியைத் தாண்டிச்செல்வதற்காக கோயிலை விட கழிப்பறைக்கே முன்னுரிமை என்று தான் சொன்னதை இப்படி ஆளாளுக்கு ஊதி பெரிதுபடுத்தியதைக் கண்டு பேதலித்துப்போன மோடி நேரு, படேல், இந்தியா ஹவுஸ் என்று தப்புந்தவறுமாக எதையாச்சும் சொல்லி சர்ச்சையைக் கிளப்பிவிட்டு இந்த விசயத்தை மறக்கடிக்க முயற்சித்துக் கொண்டிருந்தார். ஆனால், கோயிலைவிட கழிப்பறையே முக்கியம் என்று பிரதமர் வேட்பாளர் மோடி சொன்னதைக் கேட்ட கக்காநாட்டு மக்களும் ஆட்சியாளர்களுமாகிய பிரதமர் வேட்பாளர்கள் 'நம்ம வம்சாவளியில வந்த புள்ளாண்டான் என்னமா யோசிக்கிறான் பாரு' என்று வியந்தனர். கண்ட இடத்தில் பேண்டுவைக்கும் கக்கா நாட்டு மரபணு மோடிக்குள் செயல்படுவதால் தான் கழிப்பறையின் முக்கியத்துவத்தை அவரால் உணர முடிந்திருக்கிறது என்று கருதிய கக்கா நாட்டு குடிமக்களாகிய பிரதமர் வேட்பாளர்கள், இந்தத் திட்டம் இந்தியாவைவிடவும் தங்கள் நாட்டுக்கே அவசரமாக தேவைப்படுவதாக கருதினர். நாலு செல்போனும் ஏழு சிம்கார்டும் வைத்திருக்கிற குடும்பம்கூட பேழ்வதற்கு ஒரு கழிப்பறை இல்லாதிருக்கும் அவலத்தை உணரச்செய்த மோடிக்கு நன்றி சொன்னார்கள்.

‘கோயிலுக்கு பதிலாக கழிப்பறை’ என்கிற மோடியின் முழக்கத்தை அடுத்தக் கட்டத்திற்கு நகர்த்திய கக்கா நாட்டு பிரதமர் வேட்பாளர்கள் தங்கள் நாட்டில் ஏற்கனவே இருக்கின்ற கோயில்கள் அனைத்தையும் கழிப்பறையாக்குவது என்கிற முடிவுக்கு வந்தனர். ஒவ்வொரு குடும்பத்துக்கும் ஒரு வீட்டை உத்திரவாதப்படுத்தி அதில் கழிப்பறையை கட்டுவதைவிடவும் ஏற்கனவே இருக்கிற கோயில்களை கழிப்பறையாக மாற்றுவதுதான் எளிதானது - செலவும் குறைந்தது என்று கணக்கிட்ட ஆளுங்குடும்பம், இதைக்காட்டியே இன்னும் நாலைந்து தேர்தலை சந்தித்துவிட துணிந்தது.

கோயில்களை கழிப்பறையாக்கும் திட்டம் பற்றிய பேச்சு கிளம்பியதுமே, இது தங்களது மதத்தை இழிவுபடுத்தும் செயல், கோயிலை கழிப்பறையாக்கினால் கடவுள் எங்கே போவார்? கடவுள் நிந்தனை நாட்டையே தண்டித்துவிடும் என்பதான கூச்சல் கிளம்பியது. இந்தியாவிலிருக்கிற மோடியைவிட நீங்கள் பெரிய மதவாதியா என்று ஆளுங்கட்சி கேட்க, கோயிலுக்கு பதிலாக கழிப்பறை என்பதும் கோயிலையே கழிப்பறையாக மாற்றுவது என்பதும் ஒன்றல்ல என்று டிங்கராச்சாரியார், டிக்கி லூசுதேவ் போன்ற பன்னாட்டு மதவாதிகள் மறுக்க வாயுக்கோளாறுள்ளவனின் வயிறுபோல கக்கா நாடு முழுவதும் கடாமுடாவென பெருஞ்சத்தம் எழும்பியது. “சாமிக்கெதுக்கு பூமி? வசிப்பிடம் இல்லாமல் உங்களது சாமி அவதிப்படுமென நீங்கள் கவலைப்படும் பட்சத்தில் மடத்துக்காக வளைத்துப்போட்டிருக்கும் பெரும் பரப்புக்கு கூட்டிப்போய் வைத்துக்கொள்ளுங்கள் என்று கடவுள் மறுப்பாளர்கள் வெளியிட்ட அறிக்கைக்கு கக்கா நாட்டுக்கு சம்பந்தமேயில்லாத சுசாமி, சோசாமி போன்ற ஆசாமிகள் கண்டனம் தெரிவித்தனர்.

“ஆதியந்தமில்லாத கடவுளை, ஒரு மனிதராக கருதிக்கொண்டு, கடவுள் பிறந்த இடம் இது, பேண்ட இடம் அது என்று காட்டுவது அறிவீனம். அற்பமனிதர்கள் கட்டிய கோயில்தான் கடவுளின் வசிப்பிடம் என்று வாதிடுவது ஏழேழு லோகத்தையும் படைத்தக் கடவுளை அவமதிப்பதுமாகும். கடவுள் நினைப்பது எதுவோ அதுவே லோகத்தில் நடக்கிறது. கக்காநாட்டு கோயில்கள் கழிப்பறைகளாக மாறவேண்டுமென்பது கடவுள் சித்தம். கடவுள் சித்தம் நம் பாக்கியம்.

பிற்காலத்தில் இப்படியொரு மாற்றம் நடக்கும்போது தண்ணீர் தேவைப்படும் என்பதை முன்னுணர்ந்துதான் நமது முன்னோர்கள்

கோயிலுக்கு அருகில் குளத்தை வெட்டியிருக்கிறார்கள், குளம் வெட்ட முடியாத ஊரில் கோயிலை ஆற்றங்கரையில் கட்டியிருக்கிறார்கள். கழிப்பறை இல்லாத ஊரும் கழுவிக்கொள்ளாத ஆளும் சமூகத்திற்கு பெருங்கேடு என்பதை- கோயில் இல்லாத ஊரில் குடியிருக்க வேண்டாம், ஆறில்லாத ஊர் அழகுக்கு பாழ் என்று சூசகமாக சொல்லிச் சென்ற அந்த தீர்க்கதரிசிகளை இவ்வேளையில் கக்கா நாடு நினைவுகூர்கிறது.

'மோட்சவீடு பற்றி முழங்கும் மதங்கள் / மோட்சக் கழிப்பிடம் குறித்து மூச்சுவிடுவதேயில்லை / கடவுள் / சாத்தான் ஆசீர்வதிப்பில் / இப்பிறவியிலேயே எமக்கு கழிப்பிடம் கிடைக்க / தியான மண்டபங்களும் தேவாலயங்களும்/ அவ்வாறே மாறுவதாகுக' என்று கி.பி.2003ல் ஒரு தமிழ்க்கவிஞன் கண்ட கனவை கக்கா நாட்டு மக்கள் இப்போது நிறைவேற்றுகிறார்கள்..." என்று பத்திரிகை விளம்பரத்தின் மூலம் தனது முடிவை நியாயப்படுத்திய கக்கா நாட்டு அரசாங்கம் இத்திட்டத்திற்கு பொருத்தமான பெயரை வைப்பதற்கான கலந்துரையாடலுக்கு அழைப்பு விடுத்திருந்தது.

கக்கா நாட்டின் மொழியியல் அறிஞர்கள், கலைஇலக்கியவாதிகள், சுகாதாரத்துறை -அறநிலையத்துறை அதிகாரிகள், தூய்மைப் பணியாளர்கள், தி.ம.க.மு.ச (திறந்தவெளி மலம் கழிப்போர் முன்னேற்றச் சங்கம்), வெ.ம.ஜ.க.க (வெட்டவெளி மலஜலம் கழிப்போர் கழகம்) போன்ற சிவில் அமைப்புகள் பங்கேற்ற அக்கூட்டம் பல்வேறு பெயர்களையும் விவாதித்தது. கோயில், கழிப்பறை என்கிற இரண்டு சொற்களையும் வெட்டி ஒட்டி முன்பின்னாய் வைத்து ஏதேதோ சொல்லுருவாக்கம் செய்தும் எதுவும் திருப்தியளிக்காமல் கூட்டம் கலையும் தருவாயில் கோயில் + டாய்லெட் = கோய்லெட் என்று எழுத்தாளர் ஒருவர் சொன்ன யோசனை பெருத்த ஆரவாரத்துடன் ஏற்கப்பட்டது. *Koilet* என்று ஆங்கிலத்தில் எழுதுவதும்கூட எளிதாகவும் பொருள்தரக்கூடியதாகவும் இருந்தது. கோயில் போன்ற கோபுரத்தின் உச்சியில் கலசத்திற்கு பதிலாக கழிப்பறைக் கோப்பை இருப்பதுபோன்ற வடிவில் கோய்லெட் திட்டத்திற்கான இலச்சினையும் பொருத்தமுற வடிவமைக்கப்பட்டது.

இதுவரை கோயில்களனைத்தையும் நிர்வகித்துவந்த அறநிலையத் துறை 'கோயிலகற்று மற்றும் கழிப்பக மாற்றுத்துறை' என்று திருத்தி அமைக்கப்பட்டது. அந்தந்த கோயிலில் உறைந்திருக்கும் கடவுள்

எதுவோ அதன் பெயரிலேயே கோய்லெட்டுகள் அமைக்கப்படும் என்ற அறிவிப்பால் மதவாதிகள் சமாதானமடைந்தனர். அதன்படி முதற் கட்டமாக ''அருள்மிகு ஸ்ரீ----- காய்லெட்'' என்று எல்லாக் கோயில்களின் பெயர்ப்பலகைகளும் மாற்றப்பட்டன. கோயில் வளாகத்திற்குள் தனித்தனியாக எழுந்தருளியிருந்த துணைக் கடவுள்களின் சந்நிதிகளுக்கும் இவ்விதி பொருந்தும். பெண் தெய்வங்களின் பெயரால் உள்ள கோயில்களை மட்டும் பெண்களுக்கான கோய்லெட்டுகளாக மாற்றினால் போதும் என்கிற முடிவை பெண்ணுரிமை இயக்கங்களின் எதிர்ப்பினால் கைவிட்ட அரசு, எல்லா கோய்லெட்டுகளிலும் ஆண்களுக்கு 47%, பெண்களுக்கு 47%, எஞ்சிய 6% இடங்கள் சிறப்புப்பிரிவினருக்கு என ஒதுக்கி உத்தரவிட்டது. பெண்கள் நுழைவதற்கு தடைவிதிக்கப்பட்டிருந்த கோயில்களும் கோய்லெட்டாக மாறுவதால் இந்த இடஒதுக்கீட்டுள் வருவதாகவும் அந்த உத்தரவு தெளிவுபடுத்தியது.

தேசிய அளவில் பிரசித்தி பெற்றிருந்த பெருங்கோயில்களுக்கு நாடு முழுவதுமிருந்து பெருங்கூட்டம் வருமென்பதால் அவற்றை அதிகப் படியான கழிப்பறைகளைக் கொண்ட கோய்லெட்டுகளாக மாற்றி அமைக்கும் பொறுப்பு அந்தந்த தேவஸ்தான கமிட்டியிடம் ஒப்படைக்கப்பட்டது. ஸ்பெஷல் தரிசனம், வி.ஐ.பி.தரிசனம் என்று முன்பிருந்ததைப் போன்ற சலுகைகளை கோய்லெட்டுக்கும் விரிவு படுத்துவதால் கிடைக்கும் உபரி வருமானமும், மலத்தை திடக்கழிவு உரமாக்கி விற்பதன் மூலம் வரக்கூடிய தொகையும் இந்தக் கமிட்டிக்கே உரியது. கோயிலுக்குச் சொந்தமான குளங்களையே கோய்லெட்டுக்கான நீராதாரமாக பயன்படுத்திக்கொள்ளவும் குளம் ஏதுமில்லாத கோய்லெட்டுகளுக்கு பெக்டெல் மாதிரியான பன்னாட்டு கம்பனிகளிடமிருந்து தண்ணீரை வாங்கிக்கொள்ளவும் வழிசெய்யும் வகையில் தேசிய தண்ணீர் கொள்கையில் தேவையான மாற்றங்களைச் செய்வதெனவும் அரசு தீர்மானித்திருந்தது.

அந்தந்த கோயிலின் தலைமை அர்ச்சகரே அங்கு உருவாகவிருக்கும் கோய்லெட்டின் தலைமை அதிகாரியாக - கோய்லெட்டராக நியமிக்கப்படுவார். கக்கா நாட்டின் பேருந்து நிலையங்களில் உள்ள கட்டணக்கழிப்பிடங்களில் ஒருமாத இலவசப் பயிற்சிக்குப் பிறகு பணியில் சேர்த்துக்கொள்ளப்படவிருக்கும் இவரது ஊதியவிகிதம் *17407- 330- 31024* கக்கா டாலர். இதரபடிகள் தனி. டோக்கன் தருவது, பக்கெட்டுக்கு தண்ணீர் ஊற்றுவது, 'ஆச்சா... வெளியே வா' என்று

துரிதப்படுத்தி அவ்வப்போது குரல் கொடுப்பது, அடைப்புகளை நீக்கி கோய்லெட் தடையின்றி செயல்படுவதை உத்தரவாதப்படுத்துவது என்று கோய்லெட் வளாகத்தின் அனைத்துப்பணிகளுக்கும் இவரே பொறுப்பு. லகுவாக மலங்கழித்தல், மலச்சிக்கல் சீராதல், வயிற்றோட்ட தடுப்பு, மூத்திரக்கடுப்பு நிவர்த்தனம் போன்றவற்றுக்காக மந்திரம் ஓதுதல், மந்தரித்துக் கொடுத்தல், சிறப்பு வழிபாடுகள் செய்தல் ஆகிய உபதொழில்களின் மூலம் இந்த அர்ச்சகர் பெறும் காணிக்கை/ தட்சணை பற்றிய கணக்குவழக்குகளை இதற்கு முன்பு போலவே இனியும் அரசுக்கு காட்டவேண்டியதில்லை.

அர்ச்சகரது சாதியைச் சார்ந்தவர்கள் கர்ப்பகிரகத்தில் அமைக்கப்படும் கழிப்பறையிலும் அவர்களுக்கு அடுத்தடுத்த நிலையிலுள்ள சாதியினர் ஏற்கனவே கோயிலில் எந்தெந்த எல்லைவரை வழிபாட்டுக்கு அனுமதிக்கப்பட்டனரோ அந்தந்த பகுதிக்குள் அமைக்கப்படும் கழிப்பறைகளையும் பயன்படுத்திக்கொள்ள உரிமைபெற்றவராவர். ஏற்கனவே கோயிலுக்குள் நுழைய அனுமதி மறுக்கப்பட்ட சாதியினர் கோய்லெட் நுழைவுப் போராட்டங்களை நடத்தி சட்டம் ஒழுங்கு பிரச்சினைக்காளாகி போலிஸ் கோர்ட் என்று அலைவதற்கு பதிலாக தங்களுக்கென்று தனியாக கோய்லெட்டுகளை கட்டிக்கொள்வதற்கு அரசு ஊக்கமளிக்கும் என்று தெரிவிக்கப்பட்டது. கழிப்பறைக்கு முன் யாவரும் சமம் என்கிற உயரிய லட்சியத்தை உடனடியாய் நடைமுறைப் படுத்த முடியாத தனது இயலாமைக்கு வருத்தம் தெரிவித்த கக்கா அரசு, எங்கு பேண்டாலும் போய்ச்சேரும் இடம் ஒன்றுதான் என்கிற ஆன்மிகத் தெளிவுடைய தமது குடிமக்கள் அந்தந்த சாதிக்கு ஒதுக்கப்பட்ட இடத்தை விடுத்து அத்துமீறி வேறொன்றுக்கு ஆசைப்படமாட்டார்கள் என்று நம்பிக்கை தெரிவித்திருந்தது.

கோயிலுக்கு முன்பாக பூசனைப்பொருட்களை விற்றுவந்தவர்கள் இனி ஊதுபத்தி, சாம்பிராணி போன்ற நாற்ற அமுக்கிகளோடு பினாயில், ஆசிட், துடைப்பம், குச்சம் போன்றவற்றையும் சேர்த்து விற்று வருமானத்தை தக்கவைத்துக்கொள்ளலாம், மாற்றுத்தொழிலையும் தேர்ந்தெடுக்கலாம். கோயிலுக்கு வந்தவர் மனநிலையும் கோய்லெட்டுக்கு வருகிறவர் மனநிலையும் ஒன்றாக இருக்காது. கோய்லெட்டுக்குள் நுழையும் அவசரத்தில் வருகிற ஒருவர் வாசலில் அமர்ந்திருக்கும் பிச்சைக்காரர்களை கவனிப்பார் என்று எதிர்பார்க்க முடியாது. அவரது அவசரம் அவருக்கு. திரும்பும் போதாவது அவர் இயல்புக்கு திரும்பி கருணையை வெளிப்படுத்துவார் என்பதற்கும் எந்த

உத்தரவாதமுமில்லை. எனவே இதுவரை கோயில் வாசலில் பிச்சை எடுத்து வந்தவர்கள் வேறு பொருத்தமான இடங்களைத் தேர்ந்தெடுத்துக் கொள்வது நல்லது என்று அறிவுறுத்திய கக்கா நாட்டு அரசு, இவர்கள் தங்களது நலன் கருதியும் தொழில்போட்டியைத் தவிர்க்கவும் காவல்நிலையம் உள்ளிட்ட அரசு அலுவலக வாயில்களை தேர்ந்தெடுக்க வேண்டாமெனவும் கேட்டுக்கொண்டிருந்தது.

கோய்லெட் திட்டத்திற்கென மேற்கண்ட நடைமுறை விதிகள் வகுக்கப்பட்ட பிறகு சின்னதும் பெரியதுமாக கக்கா நாடு முழுவதும் இருந்த கோயில்கள் கணக்கெடுக்கப்பட்டன. அந்தந்த கோயிலைச் சுற்றி வசிக்கும் மக்கள் தொகைக்கேற்ப அதில் ஆண், பெண், மாறிய பாலினத்தவர், உடல் மாறுபாடு கொண்டோர் என நால்வகை கழிப்பறைகளை அரசாங்கம் அமைக்க வேண்டியிருந்தது. இதற்காக தயாரிக்கப்பட்ட திட்ட முன்வரைவின்படி தொடக்கநிலைச் செலவுக்குத் தேவையான 58 பில்லியன் கக்கா டாலரை கொடுப்பதற்கு உலக கந்துவட்டி வங்கி தானாக முன்வந்திருந்தது. சவப்பெட்டி தயாரிப்பது, வாக்கரிசி வழங்குவது, சாம்பல் ஏற்றுமதி, கிட்னி வியாபாரம் போன்றவற்றுக்காக மட்டுமே இதுவரை கடன் கொடுத்து வந்த அந்த வங்கி முதன்முறையாக கழிப்பறை கட்டுவதற்கு கடன் வழங்க முன்வந்திருப்பதை உலகம் ஆச்சரியத்தடன் பார்த்தது. இவ்வளவு பெரும்தொகை புழங்கப்போவதால் கக்காநாடு உலகின் பொருளாதார வல்லரசுகளில் ஒன்றாக வளரப்போகிறது என்று பிசினஸ் மந்த்ரா, தி நியூ எகானாமிஸ்ட், மார்க்கெட் குரு போன்ற பத்திரிகைகள் புகழாரம் சூட்டின.

நாட்டுமக்களுக்கு கழிப்பறைகளை கட்டுவதைவிடவும் உலக கந்து வட்டி வங்கியிடம் நாட்டை அடமானம் வைப்பதில்தான் அரசு அதிகமும் ஆர்வம் காட்டி வருகிறது என்று இடதுசாரிகள் கடும்/ பலத்த ஆட்சேபம் தெரிவித்தனர். வெறுமனே ஆட்சேபம் என்று சொன்னால் அது சாதாரணமாக இருக்கும் என்பதால் அவர்களாகவே இப்படி ‘கடும்/ பலத்த’ போன்ற வார்த்தைகளைச் சேர்த்து அறிக்கை விட்டாலும் அதை ஆட்சியாளர்கள் ஒருபோதும் பொருட்படுத்துவதேயில்லை.

ஐந்துரூபாய் கடன் கொடுப்பதற்கே ஆயிரத்தெட்டு கன்டிசன் போடும் காலத்தில் 58 பில்லியன் கக்காடாலரை எந்த கண்டிஷனும் இல்லாமல் சும்மா தூக்கி கொடுத்துவிடுவார்களா? ஏதாச்சும் நொட்டை சொல்வதே இந்த இடதுசாரிகளுக்கு வேலையாப் போச்சு

என்று கக்காநாட்டு பிரதமரான முன்னூற்றி பத்தாம் பிரதம வேட்பாளர் சலித்துக்கொண்டார். "திறந்த வெளியில் கழித்தவற்றை சுத்தப்படுத்தி வருகிற துப்புரவுத் தொழிலாளிகள் அனைவரையும் கோய்லெட் தொடங்கப்படும் நாளிலிருந்து பணிஓய்வு பெற்றவர்களாக கருதி ஓய்வூதியம் வழங்கப்பட வேண்டும். இவ்வளவுகாலமும் இப்படியொரு வேலையில் ஈடுபடுத்தியமைக்காக கக்கா நாட்டு மக்களுக்கு பொது மன்னிப்பு வழங்குமாறு அவர்களை கேட்டுக்கொள்வதோடு, அதற்குரிய தண்டனைத்தொகையை அவர்களது வாரீசுகளின் பெயரில் வைப்பு நிதியாக வழங்கவும் அரசு உறுதியளிக்க வேண்டும்" என்கிற கோரிக்கை அவரை மேலும் எரிச்சல்படுத்தியது.

உலக கந்துவட்டி வங்கியின் நிதியுதவியோடு (கடன் தான்) கக்கா நாட்டு கோயில்கள் அனைத்தும் கோய்லெட்டாக மாற்றப்பட்டு விட்டதை முன்னிட்டு அதன் தொடக்கவிழா வெகுவிமர்சையாக நடந்தேறியது. கடன் கொடுத்த வங்கியின் நிபந்தனைக்கேற்ப அரசின் திட்டம் பற்பல மாற்றங்களைப் பெற்று நடைமுறைக்கு வந்தது. இதன்படி கோய்லெட்டில் மட்டுமே மலஜலம் கழிக்கவேண்டுமென்பது கட்டாயமாக்கப்பட்டது. எக்காரணத்தை முன்னிட்டும் திறந்தவெளியில் மலஜலம் கழிப்பது தேசிய குற்றமாக அறிவிக்கப்பட்டது. இதுவரை தேசிய நெடுஞ்சாலையில் கண்காணிப்பு கேமராவுடன் டோல்கேட் போட்டு சுங்கம் வசூலித்த உலக கந்துவட்டி வங்கி இனி கோய்லெட்டின் நுழைவாயிலிலும் டோல்கேட் போட்டு சுங்கம் வசூலிக்கும் என்கிற அரசாங்க உத்தரவை எதிர்ப்பது சர்வதேச குற்றமாக அறிவிக்கப்பட்டது. கோய்லெட்டுக்கான கட்டணத்தைச் செலுத்துவதற்குரிய வருமானத்தை திரட்டிக்கொள்ள எல்லாவித குற்றங்களும் சட்டப்பூர்வமாக்கப்பட்டன.

சாலைகளுக்கும் கழிப்பறைகளுக்கும் எவ்வித உறுத்தலுமின்றி கட்டணம் செலுத்த குடிமக்கள் பழகிவிட்டதையடுத்து அவர்களுக்கு மேம்பாலங்களுக்கடியில் படுக்கையறைகளை கட்டித் தருவதற்கான திட்டத்தை தொடங்கவுள்ளது கக்காநாட்டு அரசு. மேம்பாலம், படுக்கையறை, உலக கந்துவட்டி வங்கி, கண்காணிப்பு கேமராவுடன் கூடிய டோல்கேட்- ஆகியவற்றை உள்ளடக்கி கோய்லெட் என்பது மாதிரி பொருத்தமான பெயர் ஒன்றை யோசித்துச் சொல்லுங்கள். முடியாவிட்டால் மோடியிடம்கூட கேட்டுச் சொல்லுங்கள், கக்கா நாட்டு பிரதமர் வேட்பாளர்கள் காத்திருக்கிறார்கள்.

⊙

காமிய தேசத்தில் ஒருநாள்

அதிகாலை 2.31 மணி.

அதிகாரப்பூர்வமாக கண்விழிப்பதற்கான அலாரம் ஒலிப்பதற்கு இன்னும் 29 நிமிடங்களிருந்தன. அதற்குள்ளாகவே அவனுக்கு விழிப்பு வந்துவிட்டது. விழித்ததுமே அவனுக்கு எழுந்த முதல் சந்தேகம், தூங்கினோமா என்பதுதான். இமைகளின் உட்புறத்தில் கங்கு மூட்டி தீய்ப்பதுபோல கண்களில் அப்படியொரு எரிவு. தூக்கத்தின் போதாமை, உடலெங்கும் அணுவணுவாய் நகரும் நோவாகி தன்னை பெரிதும் வதங்கச் செய்திருப்பதாக உணர்ந்தான்.

நள்ளிரவு 12 மணிக்கு வேலை முடிந்ததும் விர்ரென வண்டியை முறுக்கிக்கொண்டு வந்தும்கூட வீடு சேரும்போது இன்றைக்கும் 12.32 மணி ஆகிவிட்டிருந்தது. நாடு முழுவதும் வேலை முடிவது அந்நேரம் தான் என்பதால் சாலைகளில் மிதமிஞ்சிய போக்குவரத்து நெரிசல். திருத்தியமைக்கப் பட்ட புதிய வேலைநேரம் அமலுக்கு வந்த கடந்த 18ஆம் தேதியிலிருந்து இதே அக்கப்போர் தான். வேலைக்கு வரும் போதும் திரும்பும் போதும் சாலையின் ஒவ்வொரு அங்குலத்திலும் மல்லுக்கட்ட வேண்டியிருந்தது. புகையும் அழுக்கும் படிந்த உடம்பை நசநசப்பு தீர கழுவிக்கொள்ளவும் முடியாத அசதி. தூளியில் உறங்கும் குழந்தையின் முகத்தைக்கூட பார்க்கத் தோன்றவில்லை. சாப்பிட்டு முடித்தக் கையோடு படுக்கையில் விழுகையில் மணி ஒன்றை தொட்டிருந்தது. உடலும் மனமும் இயல்புக்குத் திரும்பினால்தானே ஆழ்ந்த உறக்கத்திற்குள் செல்லமுடியும்? ஆனால் அதற்குள்ளாகவே நேரம் தீர்ந்து பதறியடித்துக் கொண்டு விழிக்க வேண்டியதாகிவிட்டது.

படுக்கைக்கு நேர்மேலே கூரையின் உட்புறத்தில் பதிக்கப் பட்டிருந்த டிஜிடல் கடியாரம் 2.31 மணி எனக் காட்டியது. மல்லாந்து படுத்திருந்தால் பார்க்கத் தோதானது அது. எந்தப்பக்கம் திரும்பினாலும் பார்ப்பதற்காக நாற்புறச் சுவர்களிலும் பதிக்கப்பட்டிருந்த கடியாரங்களும் அதே நேரத்தைத்தான் காட்டின. அடுத்த 29வது நிமிடத்தில் அவை எழுப்பப்போகும் ஒலிக்காக அவன் காத்திருக்கத் தான் வேண்டும். அதிகப்படியான நேரம் தூங்குவதைப் போலவே அனுமதிக்கப்பட்ட நேரத்திற்கும் முன்பாக கண்விழிப்பதும் அரச நிந்தனை என்பதை அறியாதவனல்ல அவன். அந்தக் குற்றத்திற்குரிய

அபராதத்திலிருந்தும் தண்டனையிலிருந்தும் தப்பிக்கும் உபாயமாக, தான் இன்னமும் தூங்கிக்கொண்டிருப்பதாகவே நினைத்துக் கொண்டான். மட்டுமன்றி, அவன் தானே தன்னை நம்புவதற்காக வேண்டுமேன்றே செயற்கையாக குறட்டைவிடவும் பழகியிருந்தான். ஆனால் தூங்கிவிடக்கூடாது என்பதில் கவனம் தோய்த்து அலாரத்திற்காக காத்திருந்தான்.

கோமிய தேசியத்தின் முதல்வர் ஒருவர் அன்றாடம் 18-20 மணி நேரம் வேலை செய்யமுடியாத அரசு ஊழியர்கள் தாங்களாகவே பணியிலிருந்து வெளியேறிவிட வேண்டும் என்று உளறியதற்கு ஊடகங்களில் கிடைத்த பரவலான வரவேற்பை பார்த்து காமிய தேசத்தின் பிரதமர் உலகளந்தான் பரவசமாகிப் போனார். தேசத்தில் நிலவுகிற பொறுப்பற்ற பணிக்கலாச்சாரத்தின் மீது துல்லியத் தாக்குதல் ஒன்றை இங்கு நடத்த இதுவே உகந்த தருணம் என்று முதலாளிகள் சங்கமும் நச்சரிக்கத் தொடங்கியது. அதன்பேரில் அவர் அமைத்த தேசிய வேலைநேர சீரமைப்புக்குழுவின் பரிந்துரைப்படியே அதிகாலை 4மணி முதல் நள்ளிரவு 12 வரை நாடு முழுவதும் வேலை நேரமாகியது.

வேலைக்கு ஒதுக்கியது போக மீதமுள்ள 4மணி நேரத்தை நொடி வாரியாக பிரித்து திறமையாக பயன்படுத்தும் திட்டமொன்றை தேசிய ஓய்வுநேர மேலாண்மை வாரியம் வகுத்தளித்திருந்தது. அதன்படி அவன் இந்நேரம் தூங்கிக்கொண்டுதான் இருந்திருக்க வேண்டும். ஆனால் குறித்த நேரத்தில் விழித்துவிட வேண்டும் என்கிற நினைப்பின் அழுத்தம் அவனை தூங்கவொட்டாமல் செய்துவிடுகிறது. எவ்வளவு நேரத்திற்கு தூங்கப்போனாலும் அதிகாலை 3 மணிக்கு எழுந்தேயாக வேண்டும். அப்படியானால்தான் தயாராகி 3.59க்கு அலுவலகத்தில் நுழையமுடியும். ஒரு நிமிட தாமதத்திற்கும் பாய்கிற ஒழுங்கு நடவடிக்கையை தவிர்ப்பதற்காகவே தூங்காமலே தூங்கியதான கற்பனையை அவன் நம்பிக்கொண்டிருந்தான். அன்றிலிருந்து உறங்கவே உறங்காத அவன் உறக்கத்திலிருந்து எழுந்து கொண்டதாக நம்பிக் கொண்டிருக்கிறான். வெளியில் சொன்னால் நல்ல கதை என்று கேலி தான் பேசுவார்கள். ஆனால் உண்மை அதுதான். தொடர்ந்து 20 மணி நேரம் அலுவலகத்தில் உட்கார்ந்தே கிடப்பதால், இப்போதெல்லாம் அவன் படுத்திருக்கும் போதும்கூட, தான் உட்கார்ந்தே இருப்பதாக நினைத்துக்கொள்கிறான்.

முன்பாக இருந்தால் ஒலிக்கும் அலாரத்தை நிறுத்திவிட்டு மீண்டும் இழுத்துப் போர்த்தி தூங்கிவிடுவான். இப்போதோ அலாரம் அடிக்கத்தொடங்கிய முப்பதாவது நொடிக்குள் எழுந்தாக வேண்டும்.

இல்லாவிடில், கட்டிலோடு இணைக்கப்பட்டிருக்கும் மின்னதிர்க்கருவி தானாகவே இயங்க ஆரம்பித்து விடும். சுரீலென அதிலிருந்து பாய்ந்த மின்சாரம் உடலின் ஒவ்வொரு அணுவையும் வெடுக்கென தாக்கும் வாதையை அவன் முதல்நாளே அனுபவித்திருக்கிறான். மறுபடி மாட்டிக்கொள்ளக்கூடாது என்பதில் எச்சரிக்கையோடு இருந்தான்.

அருகில் படுத்திருந்த அவனது மனைவி 1111 2222 3333 4444.1 கூட முன்பே விழித்துவிட்டாள். ஆனால் இஷ்டப்பட்ட நேரத்திற்கு எழுந்துவிட முடியாதல்லவா. கடந்த ஞாயிறன்று நள்ளிரவு படுக்கைக்குச் செல்லும்முன் வெளியாகியிருந்த அரசாணையின் படி அவள் எழுவதற்கு அதிகாரப்பூர்வமாக இன்னும் 14 நிமிடங்கள் இருந்தன. பின்தூங்கி முன்னெழும் வழக்கத்தை பெண்கள் கட்டாயம் பின்பற்ற வேண்டும் என்கிற அவ்வுத்தரவுப்படி அவள் தன் கணவன் 1111 2222 3333 4444 எழுவதற்கு 15 நிமிடங்களுக்கு முன்பாகவே எழுந்து சிசிடிவியில் முகம் காட்டவேண்டும். அந்த 15 நிமிடங்களுக்குள் செய்து முடித்தேயாக வேண்டிய வேலைகளை மனதுக்குள் ஒத்திகை பார்த்தபடி எழுவதற்கு தயாராக படுத்திருந்தாள். வேட்டுச்சத்தம் கேட்டதும் பாய்ந்தோடுவதற்கு மைதானத்தில் ஆயத்தமாயிருக்கும் ஒரு வீராங்கனையைப் போல அவள் தன்னை நினைத்துக்கொண்டாள்.

அதிகாலை 2.46 மணி.

அவளுக்கான அலாரம் பிங்க் நிற ஒளியுடன் ஒலிக்கத் தொடங்கியது. அவ்வளவுதான், அவள் விசை முடுக்கப்பட்ட ஓர் இயந்திரம்போல் பரபரவென தனது வேலைகளைத் தொடங்கினாள். துள்ளியெழுந்து கட்டிலை விட்டிறங்கிய அவள், கணவனது காலைத் தொட்டு வணங்குவதையும் தாலியைக் கண்ணில் ஒற்றிக் கொள்வதையும் செல்ஃபி எடுத்தாள். அந்த புகைப்படங்களை தேசிய பண்பாட்டு மீட்டெடுப்பு ஆணையத்திற்கு வாட்ஸ்அப் மூலம் அனுப்பிவிட்டு அவள் தேநீர் தயாரிக்க அடுக்களைக்குள் நுழைந்தாள்.

அதிகாலை 2.48 மணி.

பழக்கதோஷத்தில் அடுக்களைக்குள் போய்விட்ட அவளுக்கு சட்டென்று சுதேசி அமலாக்கம் மற்றும் கண்காணிப்புச் சங் வெளியிட்ட 64வது புதிய சட்டம் நினைவுக்கு வந்தது. நல்ல வேளையாக அடுப்பை மூட்டாமல் இருந்ததால் தப்பித்தாள். ஒருவேளை அடுப்பை மூட்டியிருப்பாளேயானால் சிசிடிவி அவளை சங் அதிகாரிகளிடம் கையும்களவுமாக காட்டிக் கொடுத்திருக்கும்.

அன்னிய பானமான தேநீரை தயாரித்தது, அருந்தத் தூண்டியது, அருந்தியது என அடுக்கடுக்கான தேசவிரோதக் குற்றங்களை இழைத்திருப்பாள். அவள் மட்டுமல்லாமல் குடித்த குற்றத்திற்காக அவளது கணவனும் தண்டனைக்கு ஆளாக நேரிட்டிருக்கும். சீனப் பொருட்களை சந்தையிலிருந்தும் சனங்களின் மனங்களிலிருந்தும் முற்றாக ஒழித்துக்கட்டுவதில் மும்முரமாக ஈடுபட்டுள்ள அரசாங்கம் சீன பானமான தேநீரை தயாரிப்பதோ அருந்துவதோ அருந்துவதற்கு தூண்டுவதோ ஏழ்பிறப்பிலும் மரணதண்டனைக்குரிய குற்றமாக அறிவித்திருக்கிறது. (மறுபிறவியில் அரசாங்கம் நம்பிக்கை கொண்டிருப்பதால் அனைத்துச் சட்டங்களும் ஏழ்பிறப்புக்கும் சேர்த்தே நிறைவேற்றப்படுகின்றன). சட்டத்திற்கு புறம்பாக தேநீர் குடிப்பவர்களைக் கண்டறிந்து களையெடுப்பதற்காக ஒவ்வொரு நாளும் குடிமக்கள் தமது மலஜலத்தை ஆய்வகத்திற்கு அனுப்பி நிரூபித்துக்கொள்வது அரசால் கட்டாயமாக்கப்பட்டுள்ளது. ஆய்வகத்தை ஏமாற்றிவிடுகிறவர்கள் கூட ஆளுங்கட்சியில் புதிதாக உருவாக்கப்பட்டுள்ள 'மோப்ப சங்'கிடம் தப்பித்துவிட முடியாது. அவர்கள் நடத்தும் அதிரடி சோதனைகளின்போது சந்தேகத்திற்கு உரியவர்கள் என கடந்த ஒருவாரத்தில் மட்டும் 27 பேரை கல்லால் அடித்தே கொன்றிருக்கிறார்கள். இவ்வாறு கொல்லப்படுகிறவர்களின் எண்ணிக்கை கூடக்கூட சம்பந்தப்பட்ட சங்கிகளுக்கு அரசில் முக்கியப் பொறுப்புகள் கிடைக்கும் என்பதால் அவர்கள் மிகத் தீவிரமாக மோப்பம் பிடித்தார்கள்.

பெரும் இக்கட்டிலிருந்து தன்னையும் தனது குடும்பத்தையும் தப்பிக்கவைத்த தனது சமயோசிதப் புத்தியை மெச்சிக்கொண்டபடியே பழைய பால் குண்டாவை எடுத்துக்கொண்டு பின்கட்டிலிருந்த தொழுவத்திற்கு ஓடியவள் 0085 6219 3941 4316 முதல் 0085 6219 3941 4320 வரை எண்ணுள்ள காளைகளை வணங்கி அவை பெய்யும் காமியத்திற்காக காத்திருந்தாள் (கோமியமல்ல, காமியம்). அந்தக் காளைகள் இவளது வீட்டிற்கு வந்து ஒருவாரம் ஆகிவிட்டிருந்த போதிலும் இன்னும் அவை இவளை இணக்கமற்றே பார்த்தன. காளைக்கறி உண்பதற்கு தடையுத்தரவு பிறப்பிக்கப்பட்டதுமே இரவோடிரவாக விவசாயிகள் தமது காளைகளை ஆளுங்கட்சியினரின் வீடுகளுக்குள் விரட்டியடித்து விட்டார்கள். அப்படியான காளைகளில் ஐந்தை வளர்க்கும் பொறுப்பை அரசாங்கம் இவர்களது குடும்பத்திடம் ஒப்படைத்திருக்கிறது. காமியம் பெய்யும்வரை காத்திருந்து பிடித்துக் கொண்டு வந்து கணவனை எழுப்பினாள். வெறும் வயிற்றில் குடிக்க வேண்டிய ஆகாரமென அரசால் அறிவிக்கப்பட்டிருந்த காமியத்தை

கணவனுக்கு பெரிய தம்ளரில் கொடுத்தது போக மீதியில் தான் கொஞ்சம் குடித்துவிட்டு மிச்சத்தை குழந்தைக்கு சங்கடையில் எடுத்து வைத்தாள். குழந்தைக்கு சட்டம் தெரியாதல்லவா, அதனால் அது புகட்டுகிற காமியத்தை குமட்டிகுமட்டி வெளியே துப்பியது. சிசிடிவியில் சிக்கிவிட்டால் குழந்தைக்கும் தங்களுக்கும் கடும் தண்டனை கிடைக்கும் என்பதால் அவள் குழந்தைக்குப் புகட்டும் போது வீட்டுக்குள்ளேயே மறைவிடம் ஒன்றை உண்டாக்கியிருந்தாள். இவளுமே கூட காமியத்தில் உலைவைத்து காய்ச்சும் கஞ்சியை குடிக்க ஒம்பாமல் திணறிக்கொண்டுதானிருந்தாள்.

கணவனைப் போலவே இவளும் ஓர் அரசாங்க ஊழியர்தான். இவளுக்கு இது தலைச்சன் பிள்ளை. பச்சையுடம்பு தேறி முன்புபோல வீட்டு வேலைகளைச் செய்யத் தொடங்கியிருந்தாள். 26 வாரங்கள் கொடுக்கப்பட்டிருந்த மகப்பேறு விடுப்பு நேற்றிரவு 11.59 மணியோடு முடிந்துவிட்டது. உலகிலேயே கனடாவுக்கும் நார்வேவுக்கும் அடுத்த படியாக அதிகமான நாட்களை மகப்பேறு விடுமுறையாக தருவது இந்த நாடுதான் என்பதில் இவளுக்கு சற்றே பெருமிதமிருந்தது. குழந்தையைப் பார்ப்பதற்கென்று வீட்டுக்கு வரும் சகஊழியர்கள், நீ இல்லாமல் ஆபிஸ் ஆபிஸாகவே இல்லை சீக்கிரம் வந்து சேர் என்று அவளை கிளப்பிவிட்டுப் போனார்கள். இதோ முடியப்போகுது, வந்து விடுகிறேன் என ஆசையோடு சொல்லி இவளும் அவர்களை அனுப்பி வைப்பாள். அலுவலகம் போகத் தொடங்குவதற்கு முன்பு குழந்தையை கவனித்துக்கொள்வதற்கான முன்னேற்பாடுகள் பலவற்றையும் செய்து கொண்டிருக்கும் போதே நாட்கள் கரைந்து விட்டன. அவ்வளவுதான், விடிந்தால் காலையில் மீண்டும் வேலையில் சேரப்போகிறோம் என்கிற பரவசத்திலும் திரும்பி வரும்வரை குழந்தை எப்படி தாங்குமோ என்கிற கவலையிலுமாக தூக்கம் வராமல் புரண்டு கொண்டேயிருந்தாள். கணவனைப்போலவே அனுமதிக்கப்பட்ட நேரத்திற்கும் முன்பாகவே விழித்துவிட்டிருந்தாள். தனக்கான அலாரம் அடித்ததுமே எழுந்தவளுக்கு நிமிரக்கூட நேரமின்றி அடுத்தடுத்த வேலைகள் காத்திருந்தன. கணவனை தயார்படுத்தி அனுப்பிவிட்டு தானும் தயாராகி அலுவலகம் செல்ல வேண்டுமே என்கிற நினைப்பு அவளை அவ்வளவு வேகமாக இயக்கியது.

அதிகாலை 3.31 மணி.

மூன்று மணிக்கு எழுந்து மனைவி தந்த இளஞ்சூடான காமியத்தை மிடறுமிடறாக குடித்துவிட்டு கழிப்பறைக்குள் ஓடியவன் வெகுநேரமாக வெளியில் வரவேயில்லை. தூக்கமின்மை,

நெஞ்செரிச்சல், செரிமானக் கோளாறு, மலச்சிக்கல், தொடர்ந்து உட்கார்ந்தே இருப்பதால் வரும் முதுகுவலி, அடுத்தடுத்து வெளியாகும் அரசாங்க உத்தரவுகளால் ஏற்படும் மன அழுத்தம் போன்றவற்றால் அலைக்கழிந்துக் கொண்டிருந்தவனை புதிதாக மூலநோய் வந்து மேலும் படுத்தியெடுத்தது. அலுவலகத்தில் இருந்தாக வேண்டிய இருபது மணி நேரம் போக எஞ்சியுள்ள நான்கே மணி நேரத்தில் பெரும்பகுதியும் இப்படி கழிப்பறையிலேயே கழிகிறதே என்கிற கவலையும் அவனை வாட்டத் தொடங்கியது.

குளியல் என்கிற பெயரில் தண்ணீரில் முங்கியெழுந்து வந்த கணவன் **1111 2222 3333 4444** அவதியவதியாக வாயில் எதையோ பிட்டு போட்டுக்கொண்டு மத்தியானத்துக்கும் அந்திக்குமான சோத்துக் கூடையைத் தூக்கிக்கொண்டு ஓடும்போது மணி 3.31 ஆகிவிட்டிருந்தது. வீட்டிலிருந்து குறித்த நேரத்தில் அலுவலகம் கிளம்பிவிட்டதற்கு அடையாளமாய் வீட்டின் நுழைவாயிலில் பொருத்தப்பட்டிருக்கும் பயோமெட்ரிக் இயந்திரத்தில் ரேகை பதித்துவிட்டு அவன் கிளம்பினான்.

அவனைத் தொடர்ந்து அவளும் பரபரவென அலுவலகத்திற்கு தயாராகிக்கொண்டிருக்கும் போதுதான் அவளுக்கு அந்த வாட்ஸ்அப் செய்தி வந்தது. ராஜதுறவியர் தேசிய சபை பரிந்துரையின் பேரில் அரசாங்கம் அன்றைக்கு ஊரடங்கிய பின் நிறைவேற்றிய அவசரச் சட்டம் பற்றிய அச்செய்தி அவளை நிலைகுலையச் செய்தது. கணவனுக்கு பணிவிடை செய்வதையும் குடும்பம் மற்றும் குடும்பத்திற்கென ஒதுக்கப்பட்டுள்ள காளைகளைப் பராமரிப்பதையும் மட்டுமே பெண்கள் தமது கடமையாகக் கொள்ளவேண்டும் என்கிற அந்த புதிய சட்டத்தின்படி இனி தன்னால் வேலைக்குப் போகவே முடியாது என்கிற உண்மையை ஏற்கவியலாமல் அவள் தத்தளித்தாள். குழந்தை அழுவதும் கூட உறைக்காமல் பேதிலித்துக் கிடந்தாள்.

விற்கிற விலைவாசிக்கு ஈடுகொடுத்து பிழைப்பு நடத்த வேண்டுமானால் இருவரும் சம்பாதித்து தானாக வேண்டும் என்பதற்காக வேலையில் சேர்ந்தவளில்லை அவள். நினைவுக்கு எட்டியவரை அவளது சொந்தபந்தங்களில் அவள்தான் முதலில் படிக்கப்போனாள். அவளைப் பார்த்துதான் வேறுசிலரும் பெண்குழந்தைகளை படிக்க அனுப்பினார்கள். படித்தாலும் வீட்டோடுதான் கிடக்கவேண்டும் என்றாகிவிட்டால் பிறகு யார் பிள்ளைகளை படிக்க அனுப்புவார்கள் என்று யோசித்து தான் அவள் வேலையில் சேர்ந்தாள். கூலிநாழிக்குப் போய் பெற்றோர்கள் தமக்கு கொடுக்கும் கல்வியை பெண்கள்

வீணடித்துவிடக்கூடாது என்பதில் பிடிவாதமாய் இருந்தாள். ஆண்களால் நிறைக்கப்பட்டிருக்கும் பொதுவெளிகளில் பெண்ணின் பிரதிநிதித்துவத்தை உறுதிப்படுத்த படிப்பும் வேலையும் அவசியம் என்று தன் நட்புவட்டத்து பெண்களிடம் ஓயாமல் சொல்லிவந்தாள்.

சம்பளம் கிடைக்கிறது என்பதற்கும் அப்பால் வீட்டைவிட்டு வெளியே வேலைக்குப் போய் வருவது அவளுக்கு பலவிதமான அனுகூலங்களைக் கொடுப்பதாக இருந்தது. குடும்பத்திற்கு வெளியேயும் நம்மை மதிக்கிற விரும்புகிற அன்பு செலுத்துகிற மனிதர்கள் இருப்பதை படிக்கிற காலத்திலிருந்தே அவள் கண்கூடாக பார்த்தவள் தானே? எனவே அவள் அலுவலகத்திலும் அப்படியானவர்களைக் கண்டறிந்தாள். அவர்களோடு எல்லாவற்றையும் பகிர்ந்துகொள்ள முடிந்தது. சொந்தப் பிரச்னையொன்றை பேசிக்கொள்வதைப் போல நாட்டு நடப்புகளை விவாதிக்க முடிந்தது. வீடும் குடும்பமும் ஒரு பெண்ணுக்கு ஏற்படுத்தாத எந்தவொரு அவமானத்தையும் கண்ணியக் குறைவையும் பொதுவெளி ஏற்படுத்திவிடப் போவதில்லை என்று அவளுக்குள் ஆழப்பட்டிருந்த கருத்தை இவனும் ஏற்றுக் கொண்டிருந்தான். தன்மதிப்போடு வாழ விரும்பும் பெண் திருமணத்துக்குப் பிறகும் வேலைக்குப் போவது அவசியம் என்பதில் இருவருக்கும் ஒருமித்திருந்தனர். ஆனால் இப்படியொரு அவசரச் சட்டம் வந்து தனது வேலையைப் பறித்து வீட்டோடு முடக்கிப்போடும் என்று அவள் கனவிலும் நினைத்திருக்கவில்லை.

அதிகாலை மணி 4.

அலாரம் அடித்தபோது அய்யய்யோ இது நான் அலுவலகத்தில் இருந்திருக்க வேண்டிய நேரமாச்சே என்றெண்ணி அவளது வேதனை பன்மடங்காகியது. வேலை பறிபோன விசயத்தை கணவனிடம் சொல்லலாமென்றால் அவன் இப்போதுதான் அலுவலகத்திற்குள் நுழைந்திருப்பான், காலையிலேயே அவனுக்கு மேலும் பதற்றம் எதற்கு என்று தனது அலுவலகத்தோழிகளை தொலைபேசியில் கூப்பிட்டாள். இவளைப்போலவே வேலையை இழந்துவிட்ட அங்கலாய்ப்பில் தான் அவர்களுமிருந்தார்கள்.

சரி, இனி வீட்டிலிருந்து குழந்தையை வளர்க்கிற வேலையையாவது உருப்படியாய் செய்வோம் என்று தன்னைத்தானே அவள் தேற்றிக்கொண்டிருந்த வேளையில்தான் அடுத்தும் ஓர் அதிர்ச்சி உத்தரவு வெளியானது. உள்நாட்டு தேசிய உற்பத்தியை அதிகரிக்கும் வகையில் அவளது மதத்தைச் சேர்ந்த பெண்கள் குறைந்தபட்சம் 10

குழந்தைகளை பெற்றெடுத்தாக வேண்டும் என்று ‘முற்றும் துறந்தோர் முன்னேற்றச் சங்’ நிறைவேற்றிய தீர்மானத்தின் படியானது அவ்வுத்தரவு. இன்னமும் ஒன்பது குழந்தைகளை பெற்றெடுக்க வேண்டியிருக்கிறது என்கிற நினைப்பே அவளுக்கு கடும் அச்சத்தையும் ஆயாசத்தையும் தந்தது. இந்தத் தீராத வாதையிலிருந்து விடுபடுவதற்காகவேனும் வேறு மதத்திற்கு தப்பியோடி விடலாமா என்று தோழியொருத்தி போனில் யோசனை கேட்டாள். இப்பவாவது பிள்ளை பெத்துக்க சொல்றாங்க, வேற மதத்துக்குப் போனா ஏதாச்சும் சாக்குப்போக்கு சொல்லி இவனுங்க அடிச்சே கொன்னுருவாங்க, இப்போதைக்கு பேசாம இரு, பிறகு யோசிப்போம் என்று இவள் வாயை அடக்கினாள். அது அவள் தனக்குத்தானே சொல்லிக்கொண்ட பதிலாகவும் இருந்தது.

இரவு **12.14** மணி.

அலுவலகம் முடிந்து கணவன் **1111 2222 3333 4444** வரக்கூடிய நேரம். அவனுக்குரிய இரவுச் சாப்பாட்டை தயார் செய்தாள். தேசிய குடும்ப ஒழுங்காற்று ஆணைய விதி **311/34**ன் படி வேலையிலிருந்து வீடு திரும்பும் கணவனுக்கு அருந்தக் கொடுக்க வேண்டிய புஷ்டிபானம் என்பதால் தொழுவத்திற்குப் போய் குவளை நிறைய சூடாக காமியம் பிடித்துவந்தாள். இன்னும் சில மணித் துளிகளில் வந்துவிடுவான். வெளி லைட்டை எரிய விட்டுக்கொண்டு கதவைத் திறந்து வாசற் படியில் தான் அமர்ந்திருந்த காட்சி ஐம்பதறுபது ஆண்டுகளுக்கு முன்பு கருப்புவெள்ளை சினிமாவில் கணவனை வரவேற்க காத்திருந்த மனைவியின் சாயலை ஒத்திருப்பதாக அவளுக்குத் தோன்றியது. அந்தக் குடியிருப்பிலிருந்த அனேக வீடுகளிலும் பெண்கள் அவளைப்போலவே அலங்காரம் செய்து கொண்டு வாசற்படியில் காத்திருந்தார்கள். நூற்றாண்டுகளாக முயன்று ஈட்டிய முன்னேற்றங்கள் அனைத்தையும் ஒரேயொரு உத்தரவில் பறித்தெடுத்துவிட்ட இந்த அரசாங்கம் பெண்களை வெறும் மனைவியராக முடக்கிப் போட்டுவிட்டதே என்று அவளுக்கு பொறுமலாயிருந்தது.

12.29 மணி.

அவளது கணவனின் வண்டி வரும் சத்தம் அவளுக்கு துல்லியமாகக் கேட்டது. ஆனால் அவனுக்கு பதிலாக வேறு யாரோ ஓராள் வந்திறங்கினான். இன்று பிற்பகல் **5.46** மணி **32** வினாடிக்கு தேசிய நடத்தைவிதிகள் அமலாக்கத்துறை வெளியிட்ட அறிவிப்பின் படி அன்னிய ஆடவன் முன்னால் பெண்கள் நடமாடுவது சட்டரோதம் என்பதால் அவள் பதைபதைப்போடு வீட்டுக்குள் ஓடினாள். அந்த

ஆடவனோ ஓடாதே நில் என்றான். அது அவளது கணவனின் குரல் தான். மிகவும் குழம்பிப்போனவளாய் அவசரமாக தலைக்கு முக்காடிட்டு முகத்தை மூடியபடி கதவுக்குப் பின்னே மறைந்து நின்று அவனை விளக்கொளியில் கவனித்தாள். அடக்கொடுமையே, அவளது கணவன் *1111 2222 3333 4444* தான். ஆனால் அவனது தோற்றத்தில் ஏன் இத்தனை மாறுபாடு? வீட்டுக்குள் வந்த அவன் ஏன் என்னை அடையாளம் தெரியலியா என்று நடுங்கும் குரலில் கேட்டான். எப்படி தெரியும்? காலையில் போன மாதிரியா வந்திருக்கே? உன் தலையை யார் இப்படி அலங்கோலம் பண்ணினது? என்று அவள் திரும்பத்திரும்ப கேட்டுக் கொண்டேயிருந்தாள். அவனோ சொற்களை தொலைத்தவன் போல் பதிலேதும் சொல்லாமல் மனமும் முகமும் இறுகிப்போய் சுவரோடு சாய்ந்து உட்கார்ந்துகொண்டான். ஒயிலான சிகையலங்காரம் கொண்டிருந்த அவனது தலை கரண்டியெடுக்கப்பட்டு மொட்டை அடித்து மூன்று நாட்களானாற்போல காட்சியளித்தது இப்போது. முதல்வர் தலையில் இருப்பதைவிடவும் நீளமாக முடிவளர்த்திருக்கும் ஆண்களை மடக்கிப்பிடித்து இப்படி சிரைத்து அனுப்புவதற்காகவே அமைக்கப்பட்டுள்ள ‘தேசிய சிகை சீர்திருத்தச் சங்’கிடம் மாட்டிக் கொண்டதால் ஏற்பட்ட பதற்றம் இன்னும் தணியவில்லை அவனுக்கு.

தனக்கு வேலை பறிபோன துக்கத்தை கணவனிடம் பகிர்வதற்காக காலையிலிருந்து காத்துக்கிடந்தவளுக்கு அவனிருந்த நிலைமையைப் பார்த்து வாயடைந்துப் போனது. அவனை ஆசுவாசப் படுத்தும் இரக்கம் பெருகியவளாகி தலையைக் கோதி தோள் தொட்டு எழுப்பி சாப்பிட அழைத்துப்போனாள். சினிமாவில் வருவது போல, அவன் முதல் கவளத்தை வாயிலிடப் போகும் போதுதான் பெரும் சத்தத்தோடு அந்த அரசாங்க வாகனம் வீட்டு வாசலில் வந்து நின்றது. காவல்துறையின் இலச்சினை பொறிக்கப்பட்ட அந்த வாகனத்திலிருந்து இறங்கிய ஒருவரும் போலிஸ் இல்லை. நெற்றியிலும் புஜத்திலும் ஆளுங்கட்சியின் கொடியை பட்டையாக கட்டியிருந்த அவர்கள் ‘கல்வி, கலை இலக்கியம் மற்றும் கலாச்சார போலிஸ் - க.க.க.’ என்கிற உலோக வில்லையை சட்டைப்பையின் மேற்புறம் பதக்கம்போல குத்தியிருந்தார்கள். முறையான அனுமதியைக்கூட கோராமல் அழுக்கும் புழுதியும் படிந்த காலணிகளோடு வீட்டின் நடுக்கூடத்திற்குள் நுழைந்தவர்கள் தாறுமாறாக நாற்காலிகளை இழுத்துப்போட்டு அமர்ந்தார்கள். வந்தவர்களது தலைவனைப் போலிருந்தவன் உரத்தக் குரலில் வீட்டாள்களுக்கு கட்டளை பிறப்பிக்கத் தொடங்கினான். உறக்கத்திலிருந்த குழந்தை *1111 2222 3333 4444.2*, வழக்கத்திற்கு மாறான திடீர் சந்தடியால் விழித்துக்கொண்டு அழத் தொடங்கியது.

அதுபற்றி சற்றும் துணுக்குறாத அவர்கள் அடுத்தடுத்த வீடுகளுக்குள் வரிசையாக நுழைந்து இதே விதமாக கட்டளைகளை பிறப்பித்துக் கொண்டு போனார்கள்.

இரவு ***12.43*** மணி.

1111 2222 3333 4444 உள்ளிட்ட அந்தப் பகுதியின் குடிமக்கள் அனைவரும் தமக்கு விதித்திருந்த கெடுவுக்கும் முன்னதாகவே வீட்டிலிருந்த புத்தகங்களையும் துணிமணிகளையும் மூட்டையாக கட்டி சுமந்துகொண்டு மணிக்கூண்டு சதுக்கத்திற்கு வந்து சேர்ந்திருந்தனர். க.க.க.போலிஸாரால் கவனமாக சோதனையிடப்பட்ட அம்மூட்டைகள் அங்கிருந்த தகனமேடைமீது மலைபோல் குவிக்கப் பட்டன. குடிமக்கள் அணிந்திருந்த ஜீன்ஸ், டீசர்ட், பேண்ட், சட்டை, சார்ட்ஸ், ஜட்டி, பனியன் ஆகிய உடைகளையும் கழற்றி வாங்கிய க.க.க.போலிஸார் அவற்றையும் தகனமேடையில் எறிந்தனர். வெட்ட வெளியில் இப்படி எங்களை நிர்வாணமாக நிறுத்தி அவமதிப்பதற்கு உங்களுக்கு யார் அதிகாரம் கொடுத்தது என்று கேட்ட முதியவர் ஒருவரை க.க.க. போலிசார் நையப்புடைத்ததைப் பார்த்த மற்றவர்கள் தமக்குள்ளேயே ஒடுங்கி நின்றார்கள். உங்கள் உடம்பும் அரசுக்குரியது தான். அது அம்மணமாக இருக்கணுமா ஆடையோடு இருக்கணுமா என்பதை அரசுதான் முடிவு செய்யும். எதிர்த்து கேள்வி கேட்டு இப்படி அடிவாங்கிச் சாகத் துணியாதீர்கள் என்று எச்சரித்தபடியே தாக்கினார்கள். எல்லோரது உடுப்பும் கழற்றியாகிவிட்டதை உறுதி படுத்திக் கொண்ட க.க.க.போலிஸின் தலைவர் தமது படையினரின் பெரும் ஆரவாரத்துக்கிடையே அந்த மூட்டைகளுக்கு தீவைத்தார்.

தாங்கள் ஆசையாசையாய் வாங்கிச் சேர்த்த துணிமணிகளும் புத்தகங்களும் சடசடத்து எரிவதை காணச்சாகியாத குடிமக்கள் தளுதளுக்கும் கண்ணீரை கட்டுப்படுத்த முடியாமல் தத்தளித்தார்கள். ‘நமது தொன்மையான கலாச்சாரத்திற்குப் புறம்பான ஆடைகளை நானோ எனது குடும்பத்தவரோ இனி வாங்கவோ உடுத்தவோ மாட்டோம். இஸ்லாமியரிடமிருந்து பரவிய - துணியை மூட்டி உடுத்தும் (அங்குராக்) வழக்கத்தையும் கைவிடுகிறோம். நமது நம்பிக்கைகளை சந்தேகிக்கவும் கேள்வி கேட்கவும் தூண்டுகிற எந்தவொரு புத்தகத்தையும் வாங்குவதும் வாசிப்பதுமாகிய தேச விரோதச் செயலில் ஒருபோதும் ஈடுபடமாட்டோம்’ என்று எரியும் தீ மீது சத்தியம் செய்து உறுதிமொழி எடுத்துக்கொள்ளுமாறு அவர்கள் கூட்டாக பணிக்கப்பட்டார்கள். உறுதிமொழி ஏற்புக்குப் பிறகு குடி மக்கள் எல்லோருக்கும் இரண்டுஜதை மாற்றுடுப்பு கொடுக்கப்பட்டது.

அதுவரையிலும் அம்மணமாய் கூனிக்குறுகி நின்றிருந்த அவர்கள், உடனடியாய் உடுத்துக் கொண்டார்கள். அரையில் கோவணம் தலையில் உருமால் என்று அவர்களும் இப்போது அவர்களது முதல்வருக்கு இணையான தேசிய உடைக்கு மாறியிருந்தார்கள்.

இரவு மணி *1.01.*

தகன மேடையிலிருந்த வீடு திரும்பிய ***1111 2222 3333 4444,*** அந்த நெருப்பில் தனது தசையே பொசுங்கிவிட்டது போலிருக்கிறது என்றான். அதே மனநிலையால் பீடிக்கப்பட்டு இறுகிப்போயிருந்த அவனது மனைவி ***1111 2222 3333 4444.1*** பதிலேதும் சொல்லாமல் அவனருகில் அமர்ந்துகொண்டாள். துக்கத்தோடு துக்கமாய் இதுவும் சேர்ந்துகொள்ளட்டும் என்று நினைத்து, தனக்கு வேலை பறிபோன விசயத்தையும், பெண்கள் பத்துக்குழந்தை பெற்றுக்கொள்ள வேண்டும் என்கிற புதிய உத்தரவு வெளியாகியிருப்பதையும் அவனுக்கு தெரிவித்தாள். இது காலையில் அலுவலகத்தில் நுழைந்ததுமே தனக்கு தெரிந்துவிட்ட தகவல்தான் என்று கூறிய அவன், அது தொடர்பான அரசாணையின் நகல் ஒன்றை வாட்ஸ் அப்பிலிருந்து எடுத்து அவளுக்கு படிக்கக் கொடுத்தான். பெண்களின் வேலை பறிக்கப்பட்டதற்கும் ஆண்களின் வேலைநேரம் **20**மணி நேரமாக மாற்றப்பட்டதற்கும் உள்ள தொடர்பை அந்த அரசாணை வெளிப்படையாக தெரிவித்தது. ஏதோவொரு பெருந்திட்டத்தை நோக்கி மக்களை விரட்டிக்கொண்டு போவதற்காகத்தான் அரசு இப்படியான ஆணைகளை அடுத்தடுத்து வெளியிடுகிறதா எனக் கேட்டாள். ஆமாம், அதற்காக தான் நமது ஒவ்வொரு நொடியையும் நகர்வையும் அரசு கட்டுப்படுத்தி கண்காணிக்கிறது என்றான். மேற்கொண்டும் உரையாட அநேகம் இருந்தாலும் அதற்கான மனநிலையை இருவருமே இழந்திருந்தார்கள். உணவருந்தாமலே துக்கத்தில் சொடுங்கி தூக்கத்திற்குள் அவர்கள் விழத்தொடங்கிய வேளையில்தான் கதவை யாரோ தட்டினார்கள்.

வந்திருந்தவர், இரவு ரோந்துப்பணியிலிருந்த போலிஸ்காரரர். மனிதவள அபிவிருத்தியில் தேசிய இலக்கை எட்டுவதற்காக கலவியில் ஈடுபட்டிருக்க வேண்டிய இந்த நேரத்தில் இவர்களது வீட்டில் ஏன் எல்லா விளக்குகளும் எரிந்தபடியே இருக்கின்றன என விசாரிப்பதற்காக வந்திருந்தார். உடலும் மனமும் சோர்ந்துபோய் விட்டதால் தூங்கி விட்டோம் என்றான் ***1111 2222 3333 4444.*** எந்தவொரு நல்ல தேசபக்த குடிமகனும் இப்படியான பொறுப்பற்ற பதிலை கூற மாட்டான் என்று அந்த போலிஸ்காரரர் சலித்துக்கொண்டார். சால்ஜாப்புகளை சொல்லி நேரத்தைக் கடத்தாதீர்கள். இதில் உங்கள் விருப்புவெறுப்பு என்று

ஒன்றும் கிடையாது. அரசாங்கத்திற்கு சொந்தமான உங்களின் உடல்கள் ஆற்றவேண்டிய கடமையிலிருந்து நழுவி தண்டனைக்கு ஆளாகிவிடாதீர்கள் என்று எச்சரித்துவிட்டுப் போனார்.

இரவு மணி 1.33.

காவலர் வெளியேறியதுமே வீட்டுக்குள் நுழைந்தவர், தன்னை 'தேசிய பள்ளியறை பரிபாலன சேவா சமிதி'யைச் சேர்ந்தவர் என்று அறிமுகப்படுத்திக்கொண்டார். திடகாத்திரமும் ஆரோக்கியமும் வனப்பும் நிறமும் அறிவுக்கூர்மையும் உள்ளவர்களாக குழந்தைகளை பெற்றெடுக்கவைக்கும் 'உத்தம சந்ததி' திட்டத்தை நிறைவேற்றித் தர அவர் வந்திருந்தார். இத்திட்டத்தில் முன்னோடியென அறியப்படும் இந்தியாவின் 'ஆரோக்கிய பாரதி' அமைப்பிடம் பயிற்சிபெற்றவரன அவர் இதற்கென இங்கு அரசின் அங்கீகாரம் பெற்றவர். பஞ்சாங்கப்படி இன்றைக்கு 1.41 மணிக்கு 1111 2222 3333 4444 தன் மனைவி 1111 2222 3333 4444.1உடன் கூடுவதற்கு உகந்தநேரம் என்று கூறிய அவர் அதற்கான முன்னேற்பாட்டைத் தொடங்க ஆணையிட்டார். கலவி செய்வதற்கான கால அட்டவணையைக்கூட ஓர் அரசாங்கம் பிறப்பிக்குமா என்ற நினைப்பின் அச்சத்தால் அவளது உடல் பலமுறை அதிர்ந்தடங்கியது. நட்டுநடு வீட்டில் வந்து உட்கார்ந்துகொண்டு 'ம்... நான் பயிற்சி செய்து காட்டுவதைப்போல என் மேற்பார்வையில் கலவி செய்யுங்கள்' என்று ஆணையிடுகிற ஒருவனை எதுவும் செய்ய முடியாமல் அவமானத்தில் குன்றிப்போகவா பிறந்தோம் என்கிற கேள்வியால் அந்தத் தம்பதியர் நிலைகுலைந்து கொண்டிருந்தார்கள்.

அதிகாலை 3.31.

வீட்டை விட்டு கிளம்பியிருக்க வேண்டிய 1111 2222 3333 4444 அதற்கு அத்தாட்சியாய் வாசலில் உள்ள பயோ மெட்ரிக்கில் இன்னமும் ரேகை பதிக்கவில்லை.

அதிகாலை 3மணி 41 நிமிடங்கள் 01 நொடிகள்.

அலுவலகத்திற்கு பாதிவழியில் வந்துகொண்டிருக்க வேண்டிய 1111 2222 3333 4444 அதற்கு அத்தாட்சியாய் ஏழாம் எண் சிசிடிவிக்கு இன்னமும் முகம் காட்டவில்லை.

அதிகாலை 3.59மணி.

அலுவலகத்தில் இந்நேரம் நுழைந்திருக்க வேண்டிய 1111 2222 3333 4444 அதற்கு அத்தாட்சியாய் பயோ மெட்ரிக்கில் இன்னமும் ரேகை பதிக்கவில்லை.

அதிகாலை 4.05 மணி.

அலுவலகத்தின் முதல் வேலையை இந்நேரம் தொடங்கியதற்கு அத்தாட்சியாக நடுக்கூடத்தில் வைக்கப்பட்டிருக்கும் காமியக் குடுவையை 1111 2222 3333 இன்னமும் காலி செய்யாமல் இருக்கிறார். தேசபக்தியை வெளிப்படுத்துவதில் 5 நிமிடங்கள் தாமதம்.

அதிகாலை 4மணி 10நிமிடங்கள் 7 நொடிகள்.

1111 2222 3333 4444 இன்னமும் வேலைக்கு வராமலிருப்பது உறுதி செய்யப்படுகிறது. தேசத்தின் வளர்ச்சி, முன்னேற்றம் மற்றும் பாதுகாப்பு அம்சங்களை முன்னிட்டு அவரைத் தேடுவதற்கு உளவுப்படை முடுக்கிவிடப்படுகிறது.

அதிகாலை 5 மணி.

1111 2222 3333 4444 மற்றும் அவரது மனைவி 1111 2222 3333 4444.1 ஆகியோரது வீட்டுக்குள் அதிரடியாய் நுழைந்திருக்கிறது போலிஸ்.

* உத்தம சந்தானத்திட்டத்தை பயிற்றுவிப்பதற்காக வந்திருந்த 'தேசிய பள்ளியறை பரிபாலன சேவா சமிதி'யைச் சார்ந்த சந்நியாசி டிரிபிள்ஶ்ரீ குருஜியின் குறியை ஒட்ட அறுத்து காக்காவுக்கு வீசியது

* 'அறிவியலுக்குப் புறம்பான, உலகத் தொழிலாளர் அமைப்பின் உடன்படிக்கைக்கு எதிரான புதிய வேலைநாளை ஒழித்துக்கட்டுவோம். அளப்பரிய தியாகத்தால் ஈட்டிய எட்டுமணி நேர வேலை எட்டுமணி நேர ஓய்வு எட்டுமணி நேர உறக்கம் ஆகிய உரிமைகளை மீட்டெடுப்போம், பெண்களை பிள்ளைபெறும் இயந்திரங்களாக, சம்பளமில்லா கூலிகளாக மாற்றும் பழமைவாதத்தை முறியடிப்போம்'- என்கிற சுவரொட்டிகளையும் துண்டுப் பிரசுரங்களையும் சட்ட விரோதமாக தயாரித்து நாட்டில் கலவரத்தைத் தூண்ட முயற்சித்தது.

* புதிய ஆட்சியின் மோசடித்திட்டங்களை விமர்சித்து டைரி எழுதியது

- ஆகிய தேசவிரோதக் குற்றங்களுக்காக அவர்களிருவரும் 'என்கவுண்டரில்' சுட்டுக் கொல்லப்படுவது தான் இந்தக் கதைக்கு இயல்பான முடிவாக இருக்கமுடியும். ஆனால் தடதடவென நெருங்கிவரும் பூட்ஸ் சத்தம் கேட்டு வீறிட்டழும் இந்தக் குழந்தையை என்ன செய்யலாம்?

⊙

தர்க்கம் அற்ற கதை

'உங்களைப் பின்தொடர்ந்ததில் கிடைத்த இந்தக் கதையை இப்ப தான் முடிச்சேன். யாராவதொருத்தர் படிச்சுப் பார்த்து சரியா வந்திருக்கான்னு சொல்ல முடியுமா?

ஏய் பாகீரதி, தொடப்பத்த அப்படி ஓரமா போட்டுட்டு இதை வாங்கி சத்தமா படி. நாங்களும் கேட்கிறோம் என்றாள் அபிதா. அய்யய்யோ, நான் ஸான்ஸ்கிரிட்ல படிச்சதால எனக்கு தமிழ்ல அவ்வளவா படிக்க வராது. நீ படியேன்டி என்று கிரிஜாவிடம் தள்ளி விட்டாள் பாகீரதி. ஏய், ஹவ் கேன் ஐ... செகண்ட் லாங்வேஜ் ஜெர்மன் படிச்ச நான் எப்படிடி தமிழ்ல படிப்பேன் என்று கிரிஜாவும் நழுவிவிட அபிராமி வெடுக்கெனப் பிடுங்கி படிக்கத் தொடங்குகிறாள். நீங்களும் கேளுங்கள்.

***

'யோவ் எழுத்தாளரே, நீ எழுதப்போற இந்தக் கதையில நாங்க யார்?'
'தூய்மைப் பணியாளர்'
'ஓ... இப்படி தூயத்தமிழ்ல சொன்னா தொடப்ப வேலை மாறிடுமா?'
'அதெப்படி மாறும்?'
'கதையில கூட எங்களுக்கு வேற வேலை தரமாட்டே?'
'கதையில மாற்றி எழுதிட்டா நிஜத்துல மாறிடுமா?'
'நிஜத்த மாத்துற மாதிரி கதைய எழுத உனக்கு ஏலாதுன்னு சொல்லு.'
'அடியே, வேலை நேரத்துல எதுக்குடி அந்தாளோட வீண் பேச்சு?'
'நீ போடா தம்பி, போய் ஒரு ஓரமா என்னமாச்சும் கிறுக்கினு கிட...'
'ஆமா, தோகை விரிச்ச மயிலாட்டம் தொடப்பம் இருக்குது... அது துப்புரவா ஊரையெல்லாம் கூட்டிப் பெருக்குதுன்னு எழுது...'
'ஏன்டி நம்ம கதையை எழுதவந்திருக்கிற இந்த ஆளையும் விரட்டுறியே, பொறவு யாருதான் நம்மை கதைய எழுதுவாங்க?'
'அடி போடி இவளே, இடைத்தரகு இல்லாம நம்மக் கதைய நாமளே சொல்லமுடியாதா? இந்தாளுக்கு கதை வேணும்னா நாம பேசிக்கிற வேறு கதைகளைக் கேட்டு எழுதிப் பிழைச்சிக்கட்டும்...'

சொச்ச பாரத் மிச்ச பாரத்துன்னு ஷோ காட்டி பிலுக்கிக்கிட்டுத் திரியற எந்த நாயும் இந்தப்பக்கம் எட்டிக்கூட பார்க்கிறதில்ல. எப்பவும் போல நாமதான் ஊரையே கூட்டியள்ளி சுத்தம் பண்ண

வேண்டியிருக்கு என்று காலங்காத்தால ஆரம்பித்தாள் அபிராமி (பெயரையாவது மாற்றும் திட்டத்தின் கீழ் இப்பெயர் சூட்டப் பட்டுள்ளது. இக்கதையில் இடம்பெறும் மற்றப் பெயர்களும் இத்திட்டத்தின்கீழ் வருபவையே). இந்தக் கங்காட்சியெல்லாம் இங்கென்ன புதுசா? நாட்டுக்கு ராசா மாறினாலும் தோட்டுக்கு பொழப்பு மாறாதுன்னு அந்தக் காலத்துலியே நம்மவங்க சும்மாவா சொன்னாங்க என்று தன்பங்குக்கு சலித்துக்கொண்டாள் பாகீரதி. தோ, ஊரூருக்கு சமத்துவபுரம்னு கட்டுனாங்களே, அங்கெல்லாம் வாரம் ஒரு சாதியா தெருக்கூட்டுது? சும்மா ஊரை ஏமாத்தப் பேரு வைப்பாங்க. நீ வேலைய பாருடி என்றாள் அபிராமி. ஏய், மெதுவா பேசுடி யார் காதுலயாவது வுழுந்துடப் போவுது. அப்புறம் குப்பைக் கூட்டுற பொட்டைக பேசுற பேச்சா இதுன்னு எகத்தாளம் பேசுவானுங்க என்றாள் பாகீரதி. இந்தா இதை எழுதிக்கிட்டிக்கிற இந்தாளுக்குக்கூட இவளுகள இவ்ளோ பேசவுடலாமா வேணாமாங்கிற குழப்பம் இருக்கத்தான் செய்யும். குப்பைக் கூட்டுறவளுக இப்படியெல்லாம் யதார்த்தத்துல பேசவேமாட்டாங்க, இது கதாசிரியர் வலிந்து எழுதியிருக்கார்னு எந்த இலக்கியப்புடுங்கியாவது தம்மேல பொல்லாப்பு சொல்லிருவாங்கன்னு தயங்கித்தயங்கிதான் அடுத்த வரிய எழுதறார். குப்பைக்கூட்டிக இன்னின்னதுதான் பேசணும்னு சட்டம்கிட்டம் ஏதாச்சும் இருக்கா? அட அப்படி ஒரு சட்டமே இருக்குதுன்னு வை, அதை சீவக்கட்டையால சிங்காரிச்சு விரட்டுவமா இல்லை நாவடங்கிப் பொழைப்பமா? யதார்த்தத்துல பேசாதவங்க கதையிலாவது இஷ்டம்போல பேசட்டும்னு எங்கள பேசவிட்டுட்டு அப்பால நகருங்க கதாசிரியரே என்று என்று இளக்காரம் பொங்கச் சொன்னாள் அபிராமி. மான அவமான உணர்ச்சிகளுக்கு ஆட்பட்டு கதையொன்றை இழந்துவிடக்கூடாது என்பதால் நான் குறுக்கிட்டு ஏதும் பேசாமல் அவர்களை பின்தொடர்ந்தேன்.

நகராட்சி ஆணையர், வட்டாட்சியர், வேளாண் இணை இயக்குநர், வட்டார வளர்ச்சி அலுவலர், பொதுப்பணித்துறை செயற்பொறியாளர், நெடுஞ்சாலைத்துறை உட்கோட்டப் பொறியாளர் ஆகியோரது அலுவலகங்களைக் கொண்டது அந்த பெரிய வளாகம். காவல் நிலையமும், கீழமை மேலமை நீதிமன்றங்களும், மின்னாளுமை சேவை மையமும்கூட அந்த வளாகத்திற்குள்தான் இருக்கின்றன. அந்த வளாகத்தவர்களுக்கென்று கோவிலொன்றும்கூட அங்குண்டு (மசூதியும் சர்ச்சும் ஏன் இல்லை என்று கேட்டு "தாயாப்புள்ளையா இருக்குற இடத்துல" அமைதியை குலைக்க வேண்டாமென வாசகர்கள்

அறிவுறுத்தப்படுகிறார்கள்). அலுவலக வேலைநேரம் தொடங்குவதற்கு முன்பாக உள்ளும் புறமுமாக ஒட்டுமொத்த வளாகத்தையும் கூட்டிப் பெருக்கி சுத்தம் செய்யும் ஹவுஸ் கீப்பிங் வேலை இவர்களது சுயஉதவிக்குழுவுக்கு ஒப்பந்த அடிப்படையில் கொடுக்கப்பட்டிருந்தது.

ஊருக்கு குந்தகம் பண்றவங்க எல்லாரும் ஒரே இடத்தில் இருந்துத் தொலையட்டும்னுதான் இத்தினி ஆபிசுங்களையும் இங்கேயே கட்டியிருப்பாங்க போல என்று ஆரம்பித்தாள் அபிராமி. கவர்மென்ட் ஆபிஸ்ல குப்பை கொட்றேன்னு இவங்க சொல்றது நெசம்தான் போல, ஒவ்வொரு ரூம்லயும் ஒரு வண்டி குப்பை. பாவம், யாரார் கொடுத்த மனுங்களோ இந்தா இங்க இழுபடுது என்று சொல்லியபடியே முதல் அலுவலகத்தை கூட்டிக்கொண்டிருந்தார்கள் இருவரும். கோவில் பக்கம் கூட்டப்போயிருந்த கிரிஜாவும் அபிதாவும் பதைபதைக்க இவர்களிடம் ஓடிவந்து அந்தக் கோயில் பக்கம் போகவே முடியல, பயங்கர நாத்தம் என்றார்கள். உள்ளே இருக்கிற சாமிகீமி செத்துப் போய் நாறுதோ என்னமோ என்றாள் அபிராமி. அட சும்மா இருடி, இவ வேற நேரங்காலம் தெரியாம அரசியல் பேசிக்கிட்டு... மெய்யாலுமே நாத்தம்டி என்றாள் கிரிஜா.

பின்னால எங்கியாச்சும் சாக்கடை அடைச்சிருக்கும், ஹரிஹர ஸர்மாவும் ஷிவ்ராம் சாஸ்திரியும் பக்கத்துலதான் எங்கியாச்சும் இருப்பானுங்க, கூப்புட்டு அடைப்ப எடுக்கச் சொல்லுடி...

அய்யோ, சாக்கடை நாத்தமா இருந்தா எங்களுக்கு தெரியாதாடி? இது வேற மாதிரி அடிக்குது.

கோவில் பக்கம் நால்வரும் விரைந்தார்கள். நாற்றம் கோவிலுக்குள்ளிருந்து வரவில்லை, அது கோவிலுக்கு அள்ளையில் இருக்கிற தாலுகாபீஸிலிருந்து வருகிறது என்பதை பாகீரதிதான் துல்லியமாக கண்டு சொன்னாள். பெருச்சாளி ஏதாவது செத்திருக்குமோ என்று கேட்டாள் அபிராமி. நல்லவேளை, ஊழல் பெருச்சாளின்னு உன்னோட வழக்கமான பாணியில் சொல்லாமப் போனியே என்று பதிலடி கொடுப்பதற்கு கிடைத்த வாய்ப்பை கிரிஜாவும் அபிதாவும் வேண்டுமென்றே நழுவவிட்டார்கள்.

வட்டாட்சியர் அலுவலகம் பிரதான நுழைவாயிலிருந்து உட்பக்கம் தள்ளி ஒதுங்கியிருந்தது. அலுவலகத்தை நெருங்கநெருங்க துர்நாற்றம்

வலுத்து குடலைப் புரட்டியது. நால்வரும் மூக்கைப் பொத்திக் கொண்டு பக்கம் போனார்கள். அந்த அலுவலகத்தின் கதவு சன்னல் எல்லாமே சாத்தப்பட்டிருந்தன. அரசாங்க ரகசியம் எதுவும் வெளியே போயிடக்கூடாதுன்னு இப்படி பூட்டிருக்காங்க போல என்றாள் பாகீரதி. ஓய், சும்மா தொணதொணக்காதடி என்று கடிந்துகொண்ட அபிராமி, வடப்புற சன்னல் கண்ணாடி ஒன்று உள்ளங்கையளவு உடைந்து ஓட்டையுடன் இருப்பதைக் கண்டு ஓடிப்போய் அதில் கண் வைத்தாள். அலறுவதற்கு திறந்த வாயை அவளே தன் கைகொண்டு பொத்தியபடி மற்றவர்களை சைகையில் அழைத்தாள். கதையில் ஏதோ முக்கியமான திருப்பம் உருவாகிறதுபோல என்கிற பரபரப்பில் நானும் எட்டிப் பார்த்தேன்.

***

வட்டாட்சியர் அலுவலகத்தில், அதுவும் அவரது மேசையில் நான்கு பிணங்கள் கிடப்பதாக பரவிய செய்தி ஊரையே திரட்டி அங்கு கொண்டுவந்து நிறுத்திவிட்டிருந்தது. ஏதேனுமொரு தேவைக்காக வரும் சாமானியர்களை அலைக்கழித்து மனதளவில் சாகடித்து நடைப் பிணமாக அனுப்பிவிடும் சுபாவம் பெற்றிருந்த அந்த அலுவலகத்தில் உண்மையிலேயே நான்கு பிணங்கள் இருக்கிறதென்றால் பார்ப்பதற்கு கூட்டம் அலைமோதத்தானே செய்யும்? தங்களது உதவியில்லாமலே நால்வர் செத்துப்போய் தப்பித்துவிட்டதால் ஆத்திரமடைந்த போலிஸார் பெரும் களேபரம் செய்து அங்கு அமைதியை நிலைநாட்டிக் கொண்டிருந்தார்கள்.

ஆள் நடமாட்டமில்லாத ரயில் ரோட்டோரம், கண்மாய், பாறையிடுக்கு, புதர் மண்டிய பூங்காக்கள், பாழடைந்த கிணறுகள், புகழ்பெற்ற மடங்கள், உயர்கல்வி நிறுவனத்தின் விடுதிகள் மாதிரியான இடங்களில் பிணங்கள் கிடப்பது ஊரில் வழமைதான். ஆனால் தாலுகாபீசில், அதுவும் தாசில்தார் மேசையில் பிணங்கள் கிடப்பது உலக வரலாற்றில் இதுவே முதல்முறை என்பதால் இவ்விசயத்தை தொலைக்காட்சிகள் பெருஞ்செய்தியாக்கிக் கொண்டிருந்தன.

‘ஊழியர்களாலும் அதிகாரிகளாலும் திருவாளர் பொதுசனத்தாலும் அன்றாடம் குப்பைமேடாகிவிடும் அலுவலக வளாகத்தை கூட்டிப் பெருக்கி சுத்தம் செய்வதற்காக அதிகாலையே வந்துவிட்டிருந்த நால்வரில் அபிராமி என்பவர்தான் பிணங்களை முதலில் பார்த்திருக்கிறார். அந்த அறையிலிருந்து கடுமையான துர்நாற்றம் வீசுவதாக தனது சகதோழிகள் கூறியதால் சந்தேகப்பட்டு வடப்புற

சன்னலின் உடைந்தக் கண்ணாடி இடுக்கில் பார்த்தபோதுதான் பிணங்கள் கண்ணில்பட்டதாக எமது செய்தியாளரிடம் தெரிவிக்கிறார் அபிராமி. அவரது பேட்டியை நேயர்கள் இப்போது எமது நேரலையில் காணலாம்." அபிராமியுடன் இருந்து அடுத்தடுத்து பிணத்தைக் கண்டவர்கள் என்ற அடிப்படையில் பாகீரதி, கிரிஜா, அபிதா ஆகியோரது பேட்டிகளும் பல்வேறு சேனல்களில் ஒளிபரப்பாகிக் கொண்டிருந்தன.

குற்றவாளிகளை பிடிப்பதைவிடவும் குற்றத்திற்கு யாரையாவது பொறுப்பாக்கிவிடுவதில் காவல்துறையினர் சமர்த்தர்கள். விசாரணை வளையத்திற்குள் கொண்டுபோய் 'வழக்கமான பாணியில்' விசாரித்து செய்யாத குற்றத்தை செய்ததாக ஒத்துக்கொள்ள வைக்கும் அவர்களது கொடூரப்பார்வையை எங்கள் மீது திருப்பிவிடக்கூடாது என்று ஆரம்பித்து தாங்கள் கண்டதை விலாவாரியாக சொல்லிக் கொண்டிருந்தார்கள் நான்கு பெண்களும். எனக்கு தெரிந்த செய்தியாளர் ஒருவர் நீங்கள் இதுபற்றி கருத்து ஏதும் சொல்லவிரும்புகிறீர்களா என்றார். இல்லை, கதாபாத்திரங்களை பேசவிட்டு கதாசிரியர் ஒதுங்கிக் கொள்வதே சரி, அவர்கள் பேசியதே போதும் என்று மறுத்துவிட்டேன்.

***

அலுவல்பூர்வமாகவும் அதற்கு புறம்பானதுமான வேலைகள் முடிந்து அலுவலகத்தைப் பூட்டும் போது உள்ளே யாரும் இருக்கிறார்களா என்று பார்த்துவிட்டு பூட்டுவதுதான் வழக்கம். நேற்றும் அவ்வாறுதான் பூட்டப்பட்டது. பூட்டும்போது உள்ளே ஒருவரும் இல்லை என்பதை ஊழியர்கள் பலரும் உறுதி செய்தனர். தாசில்தாருக்கும்கூட இந்த நடைமுறையில் சந்தேகம் ஏதுமில்லை. ஆனால் பூட்டிவிட்டுப் போன அலுவலகம் பூட்டிய நிலையிலேயே இருக்க, பிணங்கள் எப்படி உள்ளே போயிருக்க முடியும்? மேசையில் கிடத்தியது யார்? உள்ளாள் ஒத்தாசை இல்லாமல் பிணங்கள் உள்ளே வந்திருக்கவே முடியாது. அப்படியானால் அந்த கருப்பாடு யார்? குழம்பிப்போன தாசில்தார் தனது பணியாளரைக் கொண்டு காவல் துறையினர் முன்னிலையில் கதவைத் திறக்கச் செய்தார். போலிசாருடன் சேர்ந்து உள்ளே நுழைய முயன்ற பலரும் குபீரெனத் தாக்கிய துர்நாற்றத்தால் பின்வாங்கிவிட, சுதாரித்துக் கொண்ட சில போலிசார் மூக்கைப் பொத்திக்கொண்டு முன்னேறினர்.

உள்ளே நுழைந்த போலிசார் முதலில் அறைக்குள் வேறு யாரும் பதுங்கியிருக்கிறார்களா என்று சோதித்தனர். யாருமில்லை என்பதை

உறுதிப்படுத்திக் கொண்ட அவர்கள், பிணங்கள் உள்ளே வந்திருப்பதற்கான வழிவகைகள் பற்றியே துருவித்துருவி ஆராய்ந்தனர். சந்தேகம் வந்துவிட்டால் பானையைத் திறந்து யானையைத் தேடுவதும் உண்டுதானே. அவர்கள் ஒரு இண்டுஇடுக்கையும் விட்டுவிடாமல் சோதித்தனர். கைரேகை நிபுணர்களும் மோப்ப நாய்களும் வரவழைக்கப் பட்டு புலன் விசாரணை தீவிரமாகியது.

அடையாளம் காணவியலாதபடி பிணங்கள் உருக்குலைந்து அழுகிப் போயிருந்தன. அடையாளம் காணவியலாத அல்லது காணக் கூடாதென தாங்கள் கருதுகிற எத்தனையோ பிணங்களை அநாதைப் பிணங்கள் என்று கணக்குத் தீர்ப்பதில் நீண்ட அனுபவமுள்ள காவல் துறை இவ்விசயத்தில் சற்றே திணறித்தான் போனது. மேற்கூரையும் கூட பிரிக்கப்படாத நிலையில், பூட்டிக்கிடந்த இந்த அறைக்குள் பிணங்கள் எப்படி யாரால் வந்தன? ஒருவேளை பூட்டும்போதே பிணங்கள் உள்ளே இருந்தனவா? அலுவலகம் பூட்டப்பட்டதற்கும் பிணங்கள் காணப்பட்டதற்கும் இடைப்பட்ட இந்த குறுகிய நேரத்திற்குள் பிணங்கள் எப்படி இந்தளவிற்கு அழுகிப் போயிருக்க முடியும்? வேறெங்கோ செத்து நாள்பட்ட பிணங்களை பூட்டிக்கிடந்த இந்த அறைக்குள் யாரும் கொண்டு வந்து போட்டுவிட்டு தலைமறைவாகி விட்டார்களா?

***

தாசில்தார் அறைக்குள் பிணங்கள் எப்படி வந்தன என்பதையே கண்டறிய முடியாமல் போலிஸ் திண்டாடிக்கொண்டிருக்கும் போதே அண்டை மாவட்டத்தின் ஆட்சியரது அலுவலகத்திலும் வீட்டிலுமாக மொத்தம் 17 பிணங்கள் கண்டெடுக்கப்பட்டன. குடும்பத்தோடு உல்லாசப்பயணம் சென்றிருந்த அவர் வீடு திரும்பியபோது வாசற் படியில் ஒன்றும் வரவேற்பறையில் மற்றொன்றுமாக இரண்டு பிணங்களைக் கண்டார். படுக்கையில் இரண்டும் பாத்ரூமில் ஒன்றுமாக அவர் அடுத்தடுத்தப் பிணங்களைப் பார்த்துக்கொண்டிருக்கும் போதே தனது பொம்மைகளுக்கிடையே குழந்தையின் பிணம் ஒன்று இருப்பதாக அவரது மகள் அலறினாள். பயத்திலிருந்த அவளை தேற்றிக் கொண்டிருக்கும் போதே அலுவலகத்திலிருந்து வந்த தொலைபேசி அழைப்பு அங்கும் பிணங்கள் இருப்பதாக அரற்றியது. கலெக்டரின் இருக்கையில் அவரைப்போலவே அமர்ந்திருந்த பிணமொன்றை அகற்றியெடுப்பது பெரும்பாடாகிவிட்டதாகவும் படித்து

கலெக்டராகும் ஆசையோடு இருக்கும்போதே செத்திருக்கக்கூடும் என்றும் அவரது நேர்முக உதவியாளர் திகிலுடன் விவரித்தார்.

அனல்போல வெயில் தீய்க்கும் அவ்வூரில் இந்தப் பிணங்கள் மட்டும் ஆற்றிலிருந்து இழுத்துப் போட்டது போல ஈரம் காயாமல் சொதசொதவென நீரும் நிணமும் கசிந்தபடியே கிடந்தன. ஆண்கள் பெண்கள் பால்குடி மறவா பச்சிளம் பாலகர்கள் என்றிருந்த இந்த பதினேழு பிணங்களும் ஒரே இடத்தில் பார்வைக்கு வைக்கப்பட்ட போது, அவற்றுக்கு உரிமை கோரி ஒருவருமே வரவில்லை. கடைசியில், மாவட்ட ஆட்சியரே பொக்லைனில் குழிவெட்டி கூட்டாகப் புதைத்து விட்டு நள்ளிரவில் பங்களாவுக்கு திரும்பினார். வாசலிலேயே காத்திருந்த அவரது மனைவியும் குழந்தைகளும் இன்னமும் அங்கிங்கெனாதபடி பங்களா முழுக்க பிணங்களே நிறைந்திருப்பதாகவும் அவை தங்களை பழிவாங்கக்கூடும் என்று அஞ்சுவதாகவும் அரற்றினர்.

ஒரு மாறுதலுக்காக வெகுதூரம் தள்ளியிருந்த தங்களது சொந்த ஊருக்கு அவர்களை அழைத்துப்போன ஆட்சியர், மறுநாள் அதிகாலையில் தனக்கருகில் ஆணும் பெண்ணுமாக இரண்டு பிணங்கள் படுத்திருப்பதைக் கண்டார். அவற்றின் காதுகளில் ஊற்றப் பட்டிருந்த விஷம் வழிந்து அவரது படுக்கையை நனைத்து விட்டிருந்தது. உதவிக்கு யாரையாவது அழைக்கலாமென வாய் திறப்பதற்குள் அந்தப் பிணங்கள் இரண்டும் சடசடவெனக் கருகத் தொடங்கின. வேகும் உடல்கள் பாளம்பாளமாக வெடித்து அந்த அறை முழுவதும் சதைக்கொத்துகளாக சிதறத் தொடங்கின. 707 கலெக்டர்கள் உள்ள இந்த நாட்டில் உன்னை மட்டும் பிணங்கள் இப்படி பின்தொடருமளவுக்கு என்ன பாவம் செய்தாய் என்று குடும்பத்தினரும் உறவினர்களும் சரமாரியாக துளைத்தெடுத்த கேள்விகளுக்கு அவர் பதிலேதும் சொல்லவில்லை. தனது பணிக்காலத்தில் கொல்லப் பட்டவர்களில் யாராவது இப்படி பிணங்களாக வந்து மிரட்டுகிறார்களா, அப்படிதானென்றால் மீதிப் பிணங்களும் வீடு புகுந்தால் தன் கதி என்னவாகும் என்பதைத் தவிர அவருக்கு வேறு யோசனையே இல்லாமல் போனது.

***

வட்டாட்சியர், மாவட்ட ஆட்சியர் தொடர்புடைய இடங்களில் பிணங்கள் கண்டெடுக்கப்பட்ட நிலையில் அடுத்ததாக எந்த அலுவலகத்தில் பிணங்கள் கிடைக்கும் என்று சனங்களிடையே

காரசாரமான விவாதம் நடக்கத்தொடங்கியது. அடுத்தது இன்னார் அலுவலகத்தில் தான் என்று சிலரும் அதில் இத்தனை பிணங்கள் கிடைக்கக்கூடும் என்று வேறு சிலரும் பந்தயம் கட்டி சூதாடுமளவுக்கு விசயம் முற்றிக்கொண்டிருந்தது. ஆனால் இவர்கள் யூகித்ததற்கு மாறாக இம்முறை அலுவலகங்களில் அல்லாமல், எரிந்து கரிக்கட்டையாகிப் போன 22 பிணங்களை ஒரு வீட்டிலும் அதேரீதியில் கருகிப்போன மேலும் 22 பிணங்களை மற்றொரு வீட்டிலுமாக காண வேண்டியதாயிற்று. விசாரித்துப் பார்த்ததில் அந்த வீடுகளில் வசிப்பவர்கள், 1973ஆம் வருடத்தில் உயர்நீதிமன்ற நீதிபதிகளாய் இருந்த இருவரின் வாரிசுகள் எனத் தெரியவந்தது.

அலுவலகங்களை விட்டு விட்டு இப்படி தனிநபர்களின் வீடுகளுக்குள் பிணங்கள் விழத் தொடங்கிவிட்டதால், இனி அடுத்து யார் வீட்டில் வேண்டுமானாலும் பிணங்கள் கண்டெடுக்கப்படலாம் என்கிற அச்சம் நாடுபூராவும் பரவிக் கொண்டிருந்த வேளையில் வட மாநிலம் ஒன்றின் உயர் நீதிமன்றத்தில் 21 பிணங்கள் கண்டெடுக்கப் பட்டன. மறுநாளே அதே நீதிமன்றத்தில் 58 பிணங்கள் ஒருசேர குவிந்திருக்கும் செய்தி வெளியாகி உலகையே அதிரச்செய்தது. 27 பெண்கள் 16 குழந்தைகள் 15 ஆண்கள். இந்த 58 பிணங்களும் முன்பு கண்டெடுக்கப்பட்டவை போலல்லாமல் துப்பாக்கியால் சுடப்பட்ட காயங்களுடன் இருந்தன. 1912ஆம் ஆண்டிலிருந்து இயங்கிவரும் அந்தப் பழமையான நீதிமன்றம் பலபேருடைய சாவுக்கு காரணமாக இருந்துவந்துள்ள போதிலும் அதில் இதற்குமுன் பிணம் ஏதும் கண்டெடுக்கப்பட்டிருக்கவில்லை. இப்போதோ நுழைவாயில் தொடங்கி, நீதிபதியின் மேசை, அவரது இருக்கை, வழக்கறிஞர்கள் அமருமிடம், விசாரணைக் கூண்டு, நீதிபதி அவ்வப்போது குட்டித் தூக்கம் போடும் தனியறை என்று எங்கெங்கு பார்த்தாலும் பிணங்கள். வழக்காவணங்களும் வாய்தா கட்டுகளும் அடுக்கியிருந்த அலமாரிகளில்கூட மடிந்தும் சுருண்டும் பிணங்கள் கிடந்தன. பிணங்களைப் பார்த்த அதிர்ச்சியில் அலறியவர்களை அடக்குவதற்காக நீதிபதி சுத்தியலை அறைந்த அதிர்வு தாங்காமல் கூரையிலிருந்தும் சில பிணங்கள் விழுந்தன.

இவ்விசயத்தில் தானாக முன்வந்து அவசர வழக்கொன்றை பதிவு செய்து விசாரணைக்கு எடுத்துக்கொண்ட உச்சநீதிமன்றமானது, நீதி மன்றங்களுக்கு வருகிற மனிதர்களுக்கே நீதி கிடைப்பதில்லை என்கிற உண்மை தெரிந்திருந்தும் இந்தப் பிணங்கள் இங்கு வருவதானது, நீதி

மான்களின் மனவுறுதியைக் குலைத்து அவர்களை பணிசெய்ய விடாமல் தடுக்கும் தேசவிரோதச் செயலாகும் என்று கருத்து தெரிவித்திருந்தது. ஆனால் இதற்காக பிணங்களுக்கு எப்படி என்ன தண்டனை கொடுப்பது என்கிற முடிவுக்கு உடனடியாக வர முடியவில்லை என்கிற வருத்தத்தையும் பகிர்ந்துகொண்ட நீதிபதிகள், இந்தப் புதிய சூழலை மனதிற்கொண்டு 'பொடா' (*Prevention of Deadbody Act)* என்கிற சட்டத்தை நிறைவேற்ற அரசுக்கு பரிந்துரை செய்திருக்கின்றனர்.

***

நாட்டில் அரசோடு தொடர்புடைய பல்வேறு இடங்களிலும் பிணங்கள் விழுந்துகொண்டிருக்கும் அசாதாரணச்சூழல் பற்றி விவாதிக்க நாடாளுமன்றத்தின் சிறப்புக் கூட்டத்திற்கு பிரதமர் ஏற்பாடு செய்ய வேண்டும் என்ற கோரிக்கை வலுப்பெற்று வந்தது. அரசாங்கத்திற்கும் குடிமக்கள் பிணங்களாவதற்கும் நேரடித் தொடர்பிருப்பது இயல்புக்கு மாறானதோ அசாதாரணமோ அல்ல என்றும், அரசின் நற்பெயருக்கு களங்கம் கற்பிக்க இவ்விசயத்தை சில எதிர்க்கட்சிகளும் சமூக(விரோத) ஊடகங்களும் மிகைப் படுத்துவதாகவும் ஆளுங்கட்சி பதிலடி கொடுத்தது. இருப்பினும் மடியிலே கனமில்லாததால் வழியிலே பயமில்லை என்ற கூறிக்கொண்ட ஆளுங்கட்சியின் தேசிய தலைவர், பிரதமர் பூமி திரும்பியதும் நாடாளுமன்ற சிறப்புக்கூட்டம் கூட்டப் படும் என்றார். இனி சுற்றியடிக்க ஒரு நாடும் மிச்சமில்லை என்கிற நிலையில் விமானத்தை விட்டிறங்கி ராக்கெட்டில் ஏறி வெவ்வேறு கிரகங்களுக்கும் சுற்றிக்கொண்டிருக்கும் பிரதமர் எப்போது பூமி திரும்புவார் என்பதுதான் ஒருவருக்கும் தெரியவில்லை.

***

கதையைப் படித்துக்கொண்டிருந்த அபிதாவை இடைமறித்த பாகீரதி கேட்டாள்: 'நாட்டுல இப்படியொரு பிரச்னை நடந்துக் கிட்டிருக்கிற விசயமாச்சும் பிரதமருக்கு தெரியுமா?'

'கீழேயிருந்து சொல்லாமலா இருப்பார்கள்?' அபிராமி.

'தகவல் தெரிந்து பிணங்களைப் பார்க்க பயந்துக்கிட்டு மேலயே சுத்திக்கிட்டிருப்பராக்கும்' கிரிஜா.

'அடியே, பிணங்கள்தான் அவரைப் பார்க்க பயப்படணும். அவர் பிரதமரானதே பிணங்களால தான்' அபிதா.

'அப்போ, ஒரு நடை வந்து அதுகளுக்கு தேங்க்ஸ் சொல்ற மாதிரி கதையில ஒரு ட்விஸ்ட் வையுங்க எழுத்தாளரே...' பாகீரதி.

***

பிரதமர் பூமி திரும்பாமலிருப்பதற்கு நம்பத்தகுந்த காரணம் என்று வாட்ஸ் அப்பில் ஒரு செய்தி வைரலாக பரவி வருகின்றது. அதாவது பிரதமராலும் அவரது கூட்டாளிகளாலும் தொடர்ந்து கொல்லப்பட்டு வரும் ஆயிரக்கணக்கானவர்களின் பிணங்கள் அவர் தரையிறங்கும் நாளில் ராக்கெட் ஏவுதளத்தில் குவிந்து மறித்து பெரும் விபத்தை ஏற்படுத்த வாய்ப்புள்ளதாக உளவுத்துறைக்கு தகவல் கிடைத்திருக்கிறதாம். விண்வெளிக்கு ஏவப்படும் பலவும் நடுவானில் வெடித்து கடலில் விழுவது இங்கு வாராந்திர வாடிக்கைதான் என்றாலும் அவையெல்லாம் 'தோல்வியடைந்த தொழில்நுட்ப முயற்சிகள்' என்கிற தலைப்பில் கணக்கு வைக்கப்பட்டுவிடும். ஆனால் இது அப்படியானதல்லவே. ஒரு போராட்டத்தால் ராக்கெட் தரையிறங்க முடியவில்லை என்று செய்தி வெளியாவது நல்லதல்ல என விண்வெளியியலாளர்கள் கருதுவதால், பிரதமரை இப்போதைக்கு தரையிறங்கவிடாது மேலேயே சுற்றவிட்டுக் கொண்டிருக்கிறார்களாம். இந்த விவரம் தெரியாமல் அடுத்தடுத்த கிரகத்திற்கு உற்சாகமாகப் போய்க்கொண்டிருக்கிறாராம் பிரதமர். இந்த வாட்ஸ் அப் செய்திக்கு வந்த கமென்ட் ஒன்று: 'கிரகங்களுக்கு கிரகம் பிடிச்சிருச்சேய்...'

ஜனாதிபதி மாளிகையில் அவரைத்தவிர வேறு பிணங்கள் ஏதும் இருக்க வாய்ப்பில்லை என்றாலும் பலமான மூன்றடுக்கு பாதுகாப்புக்கு ஏற்பாடு செய்யப்பட்டுள்ளது. ஆனால் பிணங்களைப் பொறுத்தமட்டில் பாதுகாப்பு ஏற்பாடுகள் ஒரு பொருட்டேயில்லை. செத்தொழியட்டும் என்று பிணமாக்கினால், பிணங்களாகி தொல்லை கொடுப்பதை எப்படி சமாளிப்பதென ஆய்வு செய்ய ஜஸ்டிஸ் பாரபட்சன் தலைமையில் விசாரணை ஆணையம் ஒன்றை அரசு அமைத்தது.

ஆணையம் பூர்வாங்க விசாரணையை துவக்கவிருந்த தினத்தில் அதன் அலுவலகத்திலேயே நூற்றுக்கணக்கான பிணங்கள் விழுந்திருந்தன. இதற்கு முந்தைய பிணங்களைப் போலல்லாது இந்தப் பிணக்குவியலில் பல்வேறு மாநிலத்துப் பிணங்களும் இருந்தன. அவற்றை போர்க்கால அடிப்படையில் அப்புறப்படுத்திக் கொண்டிருக்கும் போதே எதிர்பாராத திசையிலிருந்தெல்லாம் பிணங்கள் வந்து அலுவலகத்தில் விழுந்தன. துப்பாக்கி பேனட்டாலும் லத்திக்கம்பினாலும் பிறப்புறுப்பு கிழிக்கப்பட்ட பெண்களின் பிணங்கள், பெல்லட் குண்டு தாக்கி தசை கிழிந்து கன்றிப்போன குழந்தையின் பிணம், கைகால்கள் கட்டப்பட்டு நெற்றியில் சுட்டு வீழ்த்தப்பட்ட கட்டைவெட்டியின் பிணம், தலை வேறு முண்டம்

வேறாக தரிக்கப்பட்ட செய்தியாளரின் பிணம், குண்டுவெடிப்பில் சிக்கி சதையிணுக்குகளாக சிதறிப்போன முதியவரின் பிணம், பூச்சிக்கொல்லி விஷத்தால் மாய்ந்த உழவரின் பிணம் என்று வகைப்படுத்தவே முடியாத படிக்கு விகாரமாக பிணங்கள் வந்து விழுந்துகொண்டேயிருந்தன. இது குறித்து செய்தியாளர்களைச் சந்தித்த ஆணையத்தின் உறுப்பினர்களில் ஒருவரான ஜஸ்டிஸ் மனமாச்சர்யன், சராசரியாக 11 நிமிடங்களுக்கு ஒரு பிணம் என்கிற அளவில் விழுந்து கொண்டிருக்கும் இப்போதைய நிலையே இனியும் தொடர்ந்தாலும் கூட நிர்ணயிக்கப்பட்டுள்ள காலவரம்பிற்குள் விசாரணை முடிவடையும் என்று நம்பிக்கை தெரிவித்தார். பிணங்களுக்கிடையே பணியாற்றுவது தங்களுக்கு அப்படியொன்றும் புதிதல்ல என்பதற்கு தங்களது கடந்தகால விசாரணை அறிக்கைகளே போதுமான சாட்சி என்று அவர் மேலும் பெருமிதத்துடன் தெரிவித்தார்.

ஆரவாரமாக அறிவித்திருந்தாலும் ஜஸ்டிஸ் பாரபட்சன் ஆணையத்தினர், சாட்சியமளிக்க முன்வந்த குடிமக்களில் ஒருவரையும் சந்திக்க ஆர்வம் காட்டவில்லை. ஏற்கெனவே வெளியான ஏதாவதொரு ஆணையத்தின் அறிக்கையில் தேதி, இடம், பெயர் ஆகியவற்றை மாற்றிப் போட்டு புதுசு போல தயாரித்தளிப்பதில் நீண்டகால அனுபவம் பெற்றிருந்த அவர்கள் விரும்பிய இடங்களை உல்லாசமாக சுற்றிப் பார்ப்பதிலேயே பொழுதைக் கழித்தனர்.

பிரேக்கிங் நியூஸ் - 1: அருவியில் குளித்துவிட்டு திரும்பிய ஜஸ்டிஸ் பாரபட்சன் ஆணையத்தினர் மீது அழுகிய மனிதச்சதைகளை வீசி மர்மநபர்கள் தாக்குதல்.

பிரேக்கிங் நியூஸ் - 2 : ஜஸ்டிஸ் பாரபட்சன் ஆணையத்தினர் மீதான தாக்குதல் கோழைத்தனமானது. உள்துறை அமைச்சர் காட்டம்.

பிக் பிரேக்கிங் நியூஸ்: ஜஸ்டிஸ் பாரபட்சன் ஆணையத்தினர் தாக்கப்பட்டதற்கு ‘நீதிக்கான குடிமக்கள் நடுவம்’ என்கிற அமைப்பு பொறுப்பேற்பு. எனவே ‘தாக்குதலின் பின்னணியில் யார்?’ என்கிற தலைப்பில் இன்றிரவு 9 மணிக்கு பிரபல சிந்தனையாளர் சாறு, பிராப்ல சிந்தனையாளர் பீஜோல் நாராயணன், கவிஞர் கோமியன் ஆகியோர் பங்கேற்கும் வாடகைவாயர்கள் நிகழ்ச்சி ரத்து செய்யப்படுகிறது.

ஜஸ்டிஸ் பாரபட்சன் ஆணைய அலுவலகம். நீதிபதிகளுக்கு எதிரே

உட்கார்ந்திருந்த எழுவரில் ஒருத்தி 'உங்களை நம்பி கொடுத்த வேலையை நீங்கள் ஒழுங்காகச் செய்து நீதி வழங்கிவிடுவீர்கள் என்கிற நம்பிக்கை எங்களுக்கு துளியும் கிடையாது. ஆனால் பாதிக்கப்பட்ட நாங்கள் இத்தனை பேர் இங்கேயே இருந்தும் எங்களில் ஒருவரைக்கூட சந்திக்காமல் அறிக்கை எழுதத் துணிந்த குற்றத்திற்காகத்தான் உங்கள் மீது இந்த பலப்பிரயோகம். இப்போதாவது எங்களது வாக்குமூலங்களை பதிய முன்வந்தமைக்கு நன்றி. தொடங்கலாமா?' என்றாள். ஆமோதிப்பதை தவிர தங்களுக்கு வேறு மார்க்கமில்லை என்பதை அறிந்திருந்தனர் நீதிபதிகள்.

*1.*முதன்முதலாக கண்டெடுக்கப்பட்ட நான்கு பிணங்களும் எங்களது உறவினர்கள்தான். பத்து நாட்களுக்கு முந்தைய மழை மோடத்தில் செத்துப் போனார்கள். அவர்களை புதைக்க மயானத்திற்கு எடுத்துப் போன எங்களை ஊர்ச்சாதிக்காரர்கள் அனுமதிக்க மறுத்து விட்டார்கள். எங்களது பிணங்களை அங்கே புதைத்தால் அவர்களது பிணங்கள் தீட்டாகிவிடுமாம். சரி, உங்கள் புனிதத்தை நீங்களே வைத்துக் கொள்ளுங்கள் என்று சாலையோரம் அல்லது மலையடிவாரத்தில் ஏதாவதொரு இடத்தைத் தேடி புதைக்கலாமெனப் பிணங்களைத் தூக்கிக்கொண்டு போனோம். அவர்களோ ஊர் தீட்டாகிவிடும் என்று பாதையை மறித்து முள்வேலி போட்டுவிட்டார்கள். வேலியை அப்புறப்படுத்த முயற்சித்த எங்களை கடுமையாக தாக்கினார்கள். எனவே கொட்டும் மழையில் அங்கேயே பாடைகளை இறக்கிவைத்து விட்டு நாங்கள் இந்த தாசில்தாரையும் காவல் துறையினரையும் சந்தித்து மன்றாடினோம்.

தாசில்தாரும் காவல் துறையினரும் ஊர்க்காரர்களோடு சேர்ந்து கொண்டு 'பொது அமைதிக்கு குந்தகம் விளைவித்ததாக' எங்களில் பலர் மீதும் பொய்வழக்கு ஜோடித்து உள்ளே தள்ளிவிட்டார்கள். ஜாமீன் கிடைத்து நாங்கள் வந்து பார்ப்பதற்குள், எடுத்துப் புதைக்க ஆளில்லாமல் சதைத்துண்டுகளை வழித்தெடுத்து உங்கள் மீது வீசுமளவுக்கு அவர்களது உடல்கள் அழுகி நொதித்துப் போய்விட்டன. இப்படி நாட்கணக்கில் பிணங்களை வைத்துக்கொண்டு ஊர்க்காரர்களோடும் அரசு நிர்வாகத்தோடும் சிலநேரங்களில் உங்களோடும் மல்லுக்கட்டிக் கிடப்பதே எங்களுக்கு வேலையா? வாழ்வதற்குதான் போராட வேண்டியிருக்கிறது என்றால், செத்து எங்களை புதைத்துக் கொள்ளவும் நாங்கள் போராடிக் கொண்டேயிருக்க வேண்டுமா?

எதை உண்ண வேண்டும் எதை உடுத்த வேண்டும் யார்கூட படுக்க வேண்டும் என்று எல்லாவற்றையும் தீர்மானிக்க தனக்கு உரிமை இருப்பதாய் சொல்லும் இந்த அரசாங்கம் நாங்கள் செத்துப்போனால் அடக்கம் பண்ணுகிற பொறுப்பையும் ஏற்கத்தான் வேண்டும். இனி மேல் நாங்கள் மயானமும் கேட்கமாட்டோம், பாதையும் கேட்க மாட்டோம். மேம்பாலத்திலிருந்து கயிறு கட்டி இறக்கியாவது பிணத்தை புதைத்தாக வேண்டும் என்று அவசியமேயில்லை. எங்கள் சேரியில் இனி யார் செத்தாலும் பிணங்கள் தாசில்தார் அலுவலகத்தில் இருக்கும்படியாய் செய்துவிடுவோம். தாசில்தாருக்கு நேரமிருக்கிற போது அவர் எங்கு வேண்டுமானாலும் புதைத்துக்கொள்ளட்டும்.

2.எங்கள் பெயரை பதினேழு பிணங்கள் என்றே பதிந்து கொள்ளுங்கள். நெடுங்காலம் வாழ்ந்திருக்க வேண்டிய எங்களை அந்தக் கலெக்டரின் ஒரு வார்த்தை கொன்றுவிட்டது. ஆமாம், நீதிகேட்டு நிராயுதபாணிகளாய் வந்த எங்களை சுட்டுக்கொல்ல தனது அதிகாரத்தை துஷ்பிரயோகம் செய்த அந்தாள் ஒரு கொலைகாரன். மனித உருவில் மறைந்தலையும் ஒரு பிணந்தின்னி. ஆற்றங்கரையில் எங்களை மடியில் கிடத்திக்கொண்டு கல்லும் கரைந்துருகும் படியாக எங்களது சொந்தங்கள் கதறிக்கொண்டிருந்தார்கள். சைரன் பொருத்திய தனது வாகனத்தில் ஜம்பமாய் வந்திறங்கிய அந்த கலெக்டர், வெடுக்கென எங்களை பிடுங்கிக் கொண்டுபோய் பிணவறையில் போட்டு அழுக வைத்தான். பிறகொரு நாள் ஒரு ஆளம்புக்குத் தெரியாமல் அவனே எங்களை அள்ளிப்போய் அநாதைப் பிணங்களைப் போல புதைத்து விட்டான்.

புதைத்துவிட்டால் எல்லாம் முடிந்தது என்கிற அவனது நினைப்பை பொய்யாக்காவிட்டால் அவன் அடுத்தடுத்தும் பலரை கொல்வான். மனித உயிர்களைப் பறிக்கும் கொடுஞ்செயலை தனது நிர்வாக நடவடிக்கையின் தவிர்க்கமுடியாத ஓரம்சம் போல நினைத்து தன்னைத்தானே நியாயப்படுத்திக் கொள்ளவும் துணிவான். எனவேதான் அவனை மட்டுமல்லாது அவனைப்போன்ற அதிகாரிகளை பின்தொடர்ந்து கண்காணிப்பதென்று முடிவெடுத்திருக்கிறோம். அவனது குற்றங்களுக்காக அவனது குடும்பத்தினரை பீதியூட்டலாமா என்று நீங்கள் நினைக்கலாம். இப்படியொரு கொலைகாரனின் அதிகாரத்தையும் அதன்வழியான சொகுசுகளையும் அனுபவித்துக் கொண்டு அவனோடு சேர்ந்து வாழ்வதற்கான தண்டனையை அவர்கள் பெற்றுத்தானேயாக வேண்டும்?

3.ஐயா, இந்த நாட்டின் நீதி உங்களது பொறுப்பில் விடப் பட்டிருக்கிறது. ஆனால் உங்களைப் போன்றவர்கள் யாருக்கு நீதி வழங்குகிறீர்கள்? அலுவல்ரீதியாக உங்களுக்கிருக்கும் ஆயிரத்தெட்டு வேலைகளுக்கிடையிலும் நாட்டுநடப்புகளை உன்னிப்பாக கவனிக்கவும் நீங்கள் தவறுவதில்லை. நீதிமன்றத்தின் கதவுகள் யாராலும் தட்டப்படாத நிலையிலும்கூட சில பிரச்னைகளில் நீங்களே தானாக முன்வந்து தலையிட்டு நீதிவழங்கலை உறுதி செய்கிறீர்கள். உங்களுக்குள் ஏதும் உள்குத்து என்றால் நீதிமுறைமையே நிலைகுலைவதாக ஊடகங்களைக் கூட்டி ஒப்பாரிவைக்கிறீர்கள். ஆனால், நீங்களே பாதிக்கப்பட்டதாக உணர்ந்து உங்களை வாதியாக்கிக் கொள்ளும் இந்த விழிப்பு மனநிலை, 15 நிமிடங்களுக்கொரு முறை நாங்கள் வன்கொடுமைக்கு ஆளாகும்போதோ அன்றாடம் எங்களில் மூவர் கொல்லப்படும் போதோ உறைநிலைக்குச் சென்றுவிடுகிறது என்பது குற்றச்சாட்டல்ல, உண்மை. நீங்களாக முன்வருவதிருக்கட்டும், நாங்களாக ஓடிவந்து கதறி கூப்பாடு போட்டாலும் கண்ணும் காதுமற்றவர்கள் போல நடந்துகொள்கிறீர்கள். அரச வன்முறையையும் தற்காப்புத் தாக்குதலையும் பிரித்தறிய வெறும் சட்ட அறிவு போதாது.

நீதியின் சின்னமென நீங்கள் ஒரு கள்ளத்தராசினை ஏந்தியிருக்கிறீர்கள். நீங்கள் வழங்கும் தீர்ப்புகள் இந்தியாவின் சாதி பரிபாலன முறையை நினைவூட்டுகின்றன. நாங்கள் கூட்டம் கூட்டமாக கொல்லப்பட்ட வழக்குகளில்கூட கொலையாளிகள் பக்கம் அப்பட்டமாக சாய்ந்து அவர்கள் அனைவரையும் விடுவித்து நிரபராதியாக்குகிறீர்கள். எங்களை நாங்களே மாய்த்துக் கொள்ளவில்லை என்பது உண்மை. நாங்கள் கொல்லப்பட்டு உங்கள் முன் பிணமாகக் கிடப்பதும் உண்மை. ஆனால் நீங்களோ நீதிக்காக காத்துக் கிடக்கும் எங்களது பிணங்களை எவ்வித உறுத்தலுமற்று தாண்டிப்போய் கொலையாளி என்று யாருமில்லை எனத் தீர்ப்பளிப்பளிக்கிறீர்கள். எங்களைப் பொறுத்தவரை இப்போது நீங்களே கொலையாளிகள். உங்களாலும் கொல்லப்பட்டுவிட்ட நாங்கள் வேறிடத்திற்கு செல்லப் போவதில்லை. ஏற்கெனவே நீதி செத்துக்கிடக்கும் உங்களது நீதி மன்றங்கள் அதன் மெய்யான பொருளில்- மயானங்களாக இருப்பதை உலகுக்கு உணர்த்தவே நீதிமன்றங்களை பிணங்களால் நிறைக்கத் தொடங்கியுள்ளோம்.

....
....

***

கதை சரியா வந்திருக்கிறாப்ல தான் இருக்கு என்றார்கள் பெண்கள் நால்வரும். கிரிஜா மட்டும் கடைசிப் பத்தியை திரும்பவும் படிக்கச் சொன்னாள்.

'...நமஸ்காரம். அடியேனை நோக்கு நன்னா தெரியும். சின்ன பெரியவாளை ஸேவிக்க மடத்துக்கு வர்றச்சே என்னை பாத்திருப்பேள். தோப்பனார் காலத்துலேர்ந்து அங்கதானே சுத்திண்டிருந்தேன், பார்த்திருப்பேள். ஆனா இப்போ முன்னபின்ன பரிச்சயம் இல்லாதவா மாதிரி மூஞ்சை திருப்பிக்கிறேள். என்னைக் கொன்னது யார்னு இந்த லோகத்துக்கே தெரிஞ்சிருக்கு. ஆனா, உங்களாட்டம் நீதிபதிகளுக்குத் தான் கண்ணவிஞ்சுப் போச்சு. அவாளை நிரபராதின்னு விடுவிச்சுட்டேள். இதோ இவங்கள்லாம்தான், இவன் தானே தன்னை வெட்டி மாய்ச்சு பொணமாயிட்டானான்னு தைரியமா கேட்டாங்க, கேட்கிறாங்க. என்னது, பொணமோட பொணமா இப்படி கண்டநிண்ட ஆட்களோட சேர்ந்து நான் வந்தது ஆசாரக்கேடா? அப்போ பகவானோட சந்நிதானத்துல வச்சு என்னை கொன்னுப் போட்டானுங்களே, அது என்ன ஆசார சீலமா?'

நீதி மறுக்கப்பட்டவங்கள்ல ஒருத்தரா இவரையும் சேர்த்து இந்த இடத்தில் கதையை முடித்தது சரிதான் என்றாள் பாகீரதி.

'ஆனால், பூட்டிக் கிடக்கும் அலுவலகங்களுக்குள் பிணங்கள் போனது எப்படின்னு எங்கேயும் சொல்லாம விட்டிருக்கேன். லாஜிக் இடிக்குதேன்னு வாசகர்கள் கேட்கமாட்டாங்களா?'

'ஏய்யா எழுத்தாளரே, லாஜிக் இல்லாத எந்த விசயத்தையும் உன் வாசகர்கள் ஏத்துக்கவே மாட்டங்களா? இத்தனை அப்பாவிங்க பொணமாக்கப்பட்டதுல என்னய்யா லாஜிக் இருக்கு? கொத்துகொத்தா அவங்கள கொன்னுப்போட்டவங்கள நிரபராதின்னு விடுவிச்ச தீர்ப்புகள்ல என்ன லாஜிக்கை கண்டுபிடிச்சி அமைதியா இருக்கீங்க? வருஷாவருஷம் சட்டவிரோதமா 22 ஆயிரம் பேரை மலக்குழியில இறக்கி கொலை பண்றாங்க. இதுவரைக்கும் ஒருத்தர்கூட தண்டிக்கப் படாததுல என்ன தர்க்கமிருக்கு? முற்றுப்புள்ளி வச்சிட்டு மூடிக்கிட்டுப் போய்யா என்றாள் அபிராமி. மற்றவர்களும் கூட அதையே தான் சொல்ல நினைக்கிறார்கள் போல.

⊙

ஹிட்லினி

நம்பத்தகாத சம்பவங்களின் விளைநிலமாய் நாடொன்று இருக்குமானால் அது லிபரல்பாளையம் தான். அதுவும், சாக்கிய வம்சத்தாரை கபடத்தால் வீழ்த்தி ஆட்சிக்குவந்த காக்கிய வம்சத்தாரின் கடைசி மன்னரான ஹிட்லினி அன்றாடம் உறங்கப்போகும் வேளையில் ஏதேனுமொரு அதிர்ச்சியை அறிவித்து உலகையே பரபரப்பில் ஆழ்த்தும் உச்சத்தை எட்டிப் பிடித்திருந்தார். வியப்பிலாழ்த்தும் விரிமார்பன்ஜி (வி.வி.ஜி) என்கிற புனைப்பெயரால் புகழ்ந்தழைக்கப்படும் அப்பேர்ப்பட்ட ஹிட்லினி ஆளும் நாட்டில் குடிமக்கள் மட்டும் சும்மா இருப்பார்களா? இருந்திருக்கமாட்டார்கள் என்றே எல்லோரும் நினைப்பர். ஆனால் அவர்கள் சும்மாதான் இருந்தார்கள். கோன் எவ்வாறோ குடிமக்களும் அவ்வாறே என்கிற முதுமொழியை பொய்யாக்கும் விதமாக அவர்கள் சும்மா இருந்தார்கள்.

சும்மா இருந்தார்கள் என்றால் சும்மாவே இருந்தார்கள் என்றில்லை. சோறு தின்றார்கள், வெளிக்கிப் போனார்கள், வேலை பார்த்தார்கள், வரிசைகட்டி வாக்களித்தார்கள், கலவிசெய்தார்கள், கண்ணயர்ந்தார்கள், பிள்ளைகளைப் பெற்றெடுத்தார்கள், அதுகளை படிக்க அனுப்பினார்கள். பிறகு செத்தார்கள், பிறந்தார்கள், செத்துப் பிறந்தார்கள் அல்லது பிறந்து செத்தார்கள். இப்படி இருக்குமிடம் தெரியாமல் இருந்துவந்த லிபரல்பாளையம் குடிமக்களில் ஒருத்தியாகிய ஏதுமறியாள் இன்று அவர்களது மன்னர் ஹிட்லினி தருவதை விடவும் பேரதிர்ச்சியை உலகத்திற்கு தந்திருக்கிறாள்.

ஏதுமறியாள், பன்னிரண்டிலக்கத்தார் பரம்பரையினள். அவளது தந்தையார் பில்லியனாரப்பன் பெரும் செல்வந்தர். நஞ்சைபுஞ்சை நாலுபக்கம் தோப்பு என்று திரண்ட சொத்துகளுக்கு அதிபதி. நாட்டில் வருடத்திற்கு ஒரு லிட்டர் பெட்ரோல் வாங்குமளவுக்கு வசதி கொழுத்த நாலைந்து பேரில் அவரும் ஒருவர். ஏதுமறியாளின் தாய் நிமிராதேவியும் லேசுபாசான குடும்பத்தவள் அல்ல. ஆனாலும் அவள் வெறும் திருமதி பில்லியனாரப்பன் அல்லது ஏதுமறியாளின் அம்மா.

பில்லியனாரப்பன் - நிமிராதேவி தம்பதியருக்கு தமது அந்தஸ்துக்கு ஏற்ற மாப்பிள்ளையை தேடிப் பிடிப்பது பெரும்பாடாயிருந்தது.

கடைசியில் வாய்த்தது பெரிய இடத்து சம்பந்தம் தான். தொழிலதிபர் நாடுகாத்தான் என்றால் ஊருலகத்திற்கே தெரியும். அரசு வங்கிகளில் ஏழெட்டாயிரம் கோடி கடன்வாங்கி முடித்ததும் நாட்டைவிட்டு ஓடிப்போய் தலைமறைவாக இருந்துவிட்டு அவ்வப்போது திரும்பி வந்து ஓடுமளவுக்கு ஆளுங்கட்சியில் செல்வாக்கு மிகுந்தவர். அவரது மகனைத்தான் ஏதுமறியாளுக்கு கட்டி வைத்தார்கள்.

***

மன்னரின் பிறந்தநாளன்று தொடங்கப்பட்ட ஃபாஸ்ட் ட்ராக் டெலிவரி திட்டத்தின்கீழ் ஆறே மாதத்தில் குழந்தையை பெற்றெடுக்கும் நாட்டின் முதல்பெண் ஏதுமறியாள். முழுமையாக வளர்ச்சியடைந்த ஆரோக்கியமான குழந்தையை ஆறேமாதத்தில் பெற்றெடுக்கப் போகிறோம் என்கிற பூரிப்பு அவளுக்கு. போட்டி நிறைந்த உலகத்தில், நொடியிலும் குறைவான பொழுதில் பல மாற்றங்கள் நிகழும் இக்காலத்தில் நான்கு மாதங்களுக்கு முன்னமே பிறப்பதால் லிபரல்பாளையம் குழந்தைகள் அடையப்போகும் நற்பயன்களை மனதிற்கொண்டு மன்னர் அறிவித்த இத்திட்டம் தன்னிலிருந்து தொடங்குவது குறித்த பரவசத்தில் திளைத்திருந்தாள். ஆறுமாதமோ ஆறுவருசமோ காலஅளவு எதுவாயினும் கர்ப்பந்தரிப்பது பெண்தான். ஆனாலும் அவஸ்தைப்படும் காலத்தின் அளவு குறைகிறதே என்று ஏதுமறியாளைப் போலவே நாட்டின் ஒவ்வொரு பெண்ணும் மன்னருக்கு மானசீகமாக நன்றி தெரிவித்தாள்.

சுண்டைக்காய் விற்பது முதல் சுடுகாட்டுச் சாம்பல் அள்ளுவது வரையான ஒப்பந்தம் எதுவாயினும் மன்னரை நிழலெனத் தொடரும் நண்பர்கள் இருவருக்கே என்பதுதான் அங்குள்ள நியதி. அதன்படி 128 பில்லியன் டாலர் மூதலீட்டிலான இந்த ஃபாஸ்ட் ட்ராக் டெலிவரி திட்ட ஒப்பந்தமும் அவர்களில் ஒருவரது ‘மியோ’ நிறுவனத்திற்கே தரப்பட்டது. ‘மேக் இன் லிபரல்பாளையம்’ இலச்சினையுடன் இறக்குமதி செய்யப்பட்ட அதிநவீன உயிர்நுட்பங்களைக் கொண்டு ஃபாஸ்ட் ட்ராக் டெலிவரியை வடிவமைத்த மியோ ‘புதிய மனிதர்களைப் படைக்கும் மன்னர் கடவுளாகிறார், நாமோ அவரது பக்தர்களாகிறோம்’ என்கிற விளம்பரத்துடன் களமிறங்கியது.

கருத்தரிப்பது முதல் மியோவின் மருத்துவக்கண்காணிப்பு வலையத்திற்குள் இருப்பதற்கு சம்மதிக்கும் பத்திரத்தில் கையொப்பம் இட்ட முதலாவது பெண்ணான ஏதுமறியாள் பிரசவத்திற்காக அனுமதிக்கப்பட்ட செய்தி வெளியானதும் அந்த மருத்துவமனையை ஊடகத்தாரும் பாதுகாப்புப் படையினரும் சுற்றி வளைத்திருந்தார்கள்.

பிரசவ அறைக்கு வெளியே பதற்றமாக நடமாடும் பாத்திரத்தை வகிக்க வேண்டியிருந்ததால் ஏதுமறியாளின் கணவனும் அவனுக்கு ஒத்தாசையாக உறவினர்கள் சிலரும் மட்டுமே மருத்துவமனைக்குள் அனுமதிக்கப்பட்டிருந்தனர்.

ஃபாஸ்ட் ட்ராக் பிரசவத்தின் முக்கியத்துவம் கருதி குடும்பநலம் மற்றும் சுகாதாரத்துறை அமைச்சர் தனது உயரதிகாரிகளுடன் அங்கு வந்திருந்தது பலரையும் நெகிழச் செய்தது. அன்றாடம் எத்தனையோ ஊழல்களைச் செய்துமுடித்தேயாக வேண்டிய வேலைப்பளுவுக்கு இடையிலும் அவர் ஒரு குடிமகளின் பிரசவநேரத்தில் இப்படி வந்து காத்திருப்பதைச் சித்தரிக்கும் வீடியோ சமூக ஊடகங்களில் வைரலாகிக் கொண்டிருந்தது. இந்தத் திட்டம் வெற்றி பெற்றால்தான் அடுத்தடுத்து பரிசீலனையில் இருக்கும் அல்ட்ரா ஸ்பீடு ஐந்துமாத டெலிவரி, நானோ ஸ்பீடு நாலுமாத டெலிவரி போன்ற திட்டங்களை செயற் படுத்த முடியும் என்பதால் ஏதுமறியாளை விடவும் அதிகமான படபடப்புடன் தான் இருப்பதாக அவர் அளித்த பேட்டியும் #மினிஸ்டர்வெயிட்டிங் என்கிற ஹேஷ்டேக்குடன் ட்ரெண்டிங்காகிக் கொண்டிருந்ததது.

'பக்கத்து நாடான இந்தியாவின் தலைசிறந்த சிந்தனையாளர்களில் ஒருவரான பெரியார், பெண்கள் கர்ப்பப்பையை அகற்றிக்கொள்ள வேண்டும் என்றார். மனிதப்பிறப்பில் மகோன்னதப் பாய்ச்சலாக கர்ப்பக் காலத்தை குறைக்கும் எமது அரசின் இம்முயற்சி பெரியாரின் வாக்கினை செயற்படுத்தும் முதற்படி' என்று அந்தப் பேட்டியில் அவர் சொல்லியிருந்த கருத்து கடும் சர்ச்சையை உருவாக்கியது. பெரியார் கர்ப்பப்பையை கத்தரித்து எறியச் சொன்னதன் பொருள் வேறு என்றும், மியோவிடம் கையூட்டு வாங்கிக்கொண்டு இதுபோன்ற பிறப்பணுச் சோதனைகளை அனுமதிக்கும் மோசடிக்கு பெரியாரை துணைக்கழைக்கும் போக்கை அமைச்சர் நிறுத்திக்கொள்ள வேண்டும் என்றும் கருப்புக்கொடி காட்ட நினைத்தவர்களை அவ்வாறு நினைத்ததற்காகவே கைது செய்த போலிசார் அவர்களை ராஜவிரோதக் குற்றத்தின் கீழ் சிறையிலடைத்தனர்.

இதனிடையே, மருத்துவமனை தலைமையதிகாரி அரைமணி நேரத்திற்கொருமுறை வெளியிட்டு வந்த மருத்துவ அறிக்கையை விதவிதமான தலைப்புகளுடனும் முற்சேர்க்கை பிற்சேர்க்கைகளுடனும் ஒளிபரப்பிய ஊடகங்கள் நாட்டின் அதிமுக்கிய நிகழ்வாக ஏதுமறியாளின் பிரசவத்தை மாற்றிக்கொண்டிருந்தன. ஒரு

அறிக்கைக்கும் மறு அறிக்கைக்கும் இடைப்பட்ட நேரத்தில் உடற்கூறு வல்லுநர்கள், மகப்பேறு மருத்துவர்கள், மானுடவியலாளர்கள், ஆல் டாபிக் அளந்தான்கள் என்று பலதிறத்தாரும் கர்ப்பகாலத்தைக் குறைக்கும் இந்த ஃபாஸ்ட் ட்ராக் பிரசவத்தின் சாதகபாதகங்கள் குறித்து நேரலையில் விவாதித்துக்கொண்டிருந்தார்கள். விவாதம் நடந்து கொண்டிருக்கும்போதே ஒளிபரப்புக்கூடத்திற்குள் திமுதிமுவென நுழைந்த போலிசார், அரசாங்கம் கொண்டுவரும் திட்டம் எதுவானாலும் ஏற்றுக்கொள்வதோடு நிறுத்திக்கொள்ள வேண்டுமேயல்லாது ஆதரித்தோ எதிர்த்தோ இப்படி விவாதிப்பதை அனுமதிக்க முடியாது என்றும் மீறினால் சட்டம் தன் கொடுமையைச் செய்யும் என்றும் மிரட்டிய காட்சியும் நேரலையில் ஒளிபரப்பாகியது. போலிசாரின் இந்த அத்துமீறலுக்கு எதிராக வீசிய கண்டன அலைக்கு ஈடுகொடுக்க முடியாமல் அவர்கள் அங்கிருந்து வெளியேறியதையடுத்து எல்லாம் இயல்புநிலைக்குத் திரும்பின.

புரோகிதர் கணித்தருளிய புண்ணியவேளையாம் காலை 10.59.41 மணிக்கு குழந்தை பிறந்துவிட்டது என்கிற நற்செய்தியுடன் கூடிய கடைசி மருத்துவ அறிக்கை வெளியாகும் என்று எதிர்பார்க்கப்பட்ட நிலையில் நள்ளிரவைத் தாண்டியும் அறிக்கை வராததால் உள்ளே என்ன நடக்கிறது என்று தெரியாமல் நாடு தத்தளித்தது. ‘பிரசவ வலி எடுத்தும் தாமதமேன்?’, ‘இன்னும் தலை திரும்பவில்லையா?’, ‘தாயும் சேயும் நலமா?’ என்று ஊடகங்கள் பல்வேறு யூகங்களை கிளப்பின. இவ்வளவு காலமும் பத்துமாதம் பொறுத்திருக்க முடிந்த நாம் இப்போது சிலமணி நேரங்கள்கூட காத்திருக்க முடியாமல் ஏன் பொறுமையற்றுப் போனோம் என்று சிலர் கூறிய புத்திமதி அங்கு யாருக்கும் தேவைப் படவில்லை. மருத்துவமனைக்கு வெளியே இருந்த ஏதுமறியாளின் உறவினர்களும் நண்பர்களும் தம்மை உள்ளே அனுப்பும்படி அமளியில் ஈடுபட ஆரம்பித்தனர். பராக்கு பார்க்க வந்திருந்தவர்களும் இவர்களோடு சேர்ந்துகொண்டதால் பெரும் தள்ளுமுள்ளு ஏற்பட்டது. போலிசார், லேசான தடியடி நடத்தி பலரது மண்டையை உடைத்து காலை முறித்து கூட்டத்தை கட்டுக்குள் கொண்டு வந்தனர்.

ஃபாஸ்ட் ட்ராக்கில் முதலாவது குழந்தை பிறந்தது என்கிற உயிர் நுட்பச் சாதனையை உலகுக்கு அறிவிப்பதற்காக மன்னரே இங்கு தனி விமானத்தில் வந்து கொண்டிருப்பதாகவும் அதற்காகவே மருத்துவமனை நிர்வாகம் காலங்கடத்துவதாகவும் ஒரு தகவல் கசிந்தது. இதையடுத்து அமைச்சர்கள் பலரும் அங்கே வரத்தொடங்கிய சற்றைக்கெல்லாம் மருத்துவமனை மொட்டை மாடியில் மன்னரின்

தனி விமானம் வந்திறங்கியது. தனிவிமானம் என்பது பெயருக்குதான். ஆனால் மியோ நிறுவனரும் உடன் வந்திருந்தார். தனது இரண்டு நண்பர்களில் ஒருவராவது உடன் வராமல் பாத்ரூம் போவதற்கும்கூட பழகியிருக்காத மன்னர், இந்த பிரசவத்தோடு நேரடி தொடர்புடைய மியோ நிறுவனரை இங்கு அழைத்துவந்ததில் ஆச்சர்யம் ஏதுமில்லை.

மன்னருடனேயே வந்திருந்த செய்தியாளர்கள் அவர் விமானத்தை விட்டு இறங்கிய நொடியிலிருந்து நேரலை ஒளிபரப்பை தங்கள் பொறுப்பில் எடுத்துக்கொண்டார்கள். மருத்துவமனைக்கு வெளியே பொருத்தப்பட்டிருந்த அகன்ற பெருந்திரைகளில் அவரது ஒவ்வொரு அசைவும் உடனுக்குடனே நேரடியாக ஒளிபரப்பாகியது. நாட்டுமக்கள் தொலைக்காட்சிகள் வழியாக உன்னிப்பாக பார்த்துக் கொண்டிருந்தார்கள். மொட்டைமாடியிலிருந்து உள்ளுக்குள்ளேயே இறங்கி பிரசவ வார்டுக்குள் போன மன்னர் ஏதுமறியாளின் தலையைத் தொட்டு ஆசீர்வதித்தார். பின் அவர் மருத்துவர்களைப் பார்த்து கட்டை விரலை பெருமிதத்தோடு உயர்த்திக் காட்டினார். இதற்காகவே காத்திருந்த மருத்துவர்கள் வார்டுக்கு வெளியே சில நிமிடங்கள் காத்திருக்குமாறு மன்னரை பணிந்து வேண்டிக் கொண்டனர்.

வெளியே வந்த மன்னர் ஏதுமறியாளின் மாமனார் நாடுகாத்தானை கண்டதும் பாய்ந்தோடி கட்டித் தழுவி அன்பை வெளிப்படுத்தினார். 'நீங்க நாடு திரும்புறப்ப நான் வெளியே போயிடுறேன். நான் திரும்புறப்ப நீங்க தலைமறைவா ஓடிப்போயிடுறீங்க' என்று பாசத்தோடு கடிந்துகொண்ட மன்னர் 'நாம் சந்தித்து எவ்வளவு நாளாச்சு?' என்று பெருமூச்செறிந்தார். நெகிழ்ந்துபோன நாடுகாத்தான், 'ஓடுவதற்கு முன்னால் நம் அமைச்சர்கள் எல்லோருக்கும் முறையாக தெரிவிக்க முடிகிற என்னால் உங்களிடம் மட்டும் சொல்லிக்கொள்ள முடியாமல் போகிறதே என்கிற வருத்தம் எனக்கு எப்போதுமுண்டு. இன்று அந்தக் குறையும் தீர்ந்தது. நீங்கள் வந்தது என் பாக்கியம்' என்றார். அவர்கள் உரையாடிக்கொண்டிருக்கும் போதே மருத்துவர்கள் புடைசூழ தாதியொருவர் பட்டுத்துகிலால் சுற்றப்பட்ட குழந்தையை ஏந்திக் கொண்டு ஓட்டம் போல விரைந்து வந்தாள். மன்னர் எதிர் கொண்டோடி தாதியிடமிருந்து குழந்தையைப் பெற்றுக்கொண்டார்.

தாய்வயிற்றுச் சூட்டின் கதகதப்புகூட இன்னமும் தணிந்திராத ஒரு பச்சிளம் குழந்தை தன் கைகளில் இருப்பதை எண்ணி மன்னர் உணர்வுக் கொந்தளிப்புக்கு ஆளானார். பட்டத்தரசியோடு வாழாது போனதால் தவறவிட்ட இந்த அனுபவத்தை காலங்கடந்து இப்போதேனும் தனக்கு வாய்க்கச்செய்த - இன்னமும் முகம்கூட பார்க்காத- அந்தக்

குழந்தையின் மீது அவருக்கு பேரன்பு சுரந்தது. ஆர்வமும் பரபரப்பும் பெருமிதமும் பொங்க பிறந்தநாள் பரிசுப் பொதியைப் பிரிக்கும் சிறுவனின் பரவசத்தோடு குழந்தையைப் பார்க்க பட்டுத்துகிலை விலக்கினார். அந்தக் குழந்தை தலையில்லாமல் இருந்தது.

குழந்தைக்கு பதிலாக தன்னிடம் தவறுதலாக வேறெதையோ கொடுத்துவிட்டார்களோ என்று பதற்றமும் அதிர்ச்சியுமடைந்த மன்னர், சுதாரித்து மறைப்பதற்குள் அந்தக் காட்சி நேரலையாக உலகத்தின் பார்வைக்குச் சென்றுவிட்டது. இதுபற்றிய செய்திகள் மேலும் பரவாமல் தடுப்பதற்காக செயற்கைக்கோள் ஒளிபரப்புகளும் இணையச்சேவையும் செல்போன் சேவையும் அதிரடியாக முடக்கப்பட்டன. மின் இணைப்பும் துண்டிக்கப்பட்டது. ஆனாலும் அதற்குள்ளாகவே 'அந்த மருத்துவமனையில் இறப்பவர்களுக்கு கால் இருக்காது, பிறப்பவர்களுக்கு தலை இருக்காது', 'நாட்டோட தலையைப் பார்க்க விரும்பாத குழந்தைத்தலை', 'முண்டத்தைக் காண வந்த முண்டம்', 'ஃபாஸ்ட் ட்ராக் டெலிவரியில் தலையில்லை, நானோ டெலிவரியில்...?' என்கிற மீம்ஸ்கள் சமூக வலைத்தளங்களில் பதிவேறி வைரலாகிவிட்டதை அறிந்து மன்னர் கடுங்கோபமாகிவிட்டார். இப்படி துணிந்து எழுதுகிற யாரும் இன்னமும் இங்கு மிச்சமிருக்கிறார்களா அல்லது அண்டை நாடுகளில் அரசியல் தஞ்சம் புகுந்திருக்கும் தேஷ்விரோதிகள் அங்கிருந்தபடியே இங்கு நடப்பதை உன்னிப்பாக கவனித்து மக்களை தூண்டிவிடுகிறார்களா என்கிற குழப்பமும் அவரை பீடித்தது.

'குழந்தை முகத்தை முதன்முதல்ல நான் தான் பார்க்கணும்னு சொன்னது உண்மைதான். அதுக்காக அந்தக் குழந்தை தலையோடு பிறந்திருக்கா இல்லையான்னுகூட பார்க்காம கொண்டாந்து என்கிட்ட தருவீங்களா? என்று மருத்துவக்குழுவை கடிந்துகொண்டார். தலையில்லாமல் குழந்தை பிறந்தது மற்றும் அது தொடர்பாக ஏற்பட்டுள்ள அசாதாரண நிலைமை, தேஷ்விரோதிகளின் சீர்குலைவு வேலைகள் ஆகியவற்றை விசாரிப்பதற்காக விசாரணை ஆணையம் ஒன்றை அமைப்பதற்கான உத்தரவையும் அங்கிருந்தே பிறப்பித்த மன்னர் தாளாத உளைச்சலுடன் தலைநகருக்கு புறப்பட்டார்.

***

தலையில்லாத முண்டம் தேநீர்க்கடைக்கு வந்து டீ குடித்துவிட்டுப் போனது என்பதான வதந்திகளை உண்மையென நம்பி வீட்டு எரவாணத்தில் வேப்பிலைக்கொத்தை செருகிவைத்த மக்கள்,

தலையின்றி ஒரு குழந்தை பிறந்திருக்கும் உண்மையை எதிர்கொள்ள முடியாமல் திணறினர். இது ஏதோ கெடுங்காலத்தின் அறிகுறி என்ற அச்சம் நாடெங்கிலும் பரவி பரிகாரப் பூசைகள் நடக்கத் தொடங்கின. கர்ப்பமுற்றிருந்த பெண்களோ தங்கள் குழந்தை எதெது இல்லாமல் பிறக்கப் போகிறதோ என்கிற கவலையில் வாடினர். இதுகுறித்த உண்மையை அறிவியலாளர்கள் வெளிப்படையாக சொல்லவேண்டும், ஃபாஸ்ட் ட்ராக் டெலிவரி ஒப்பந்தப் பத்திரத்தை ரத்து செய்து நார்மல் டெலிவரி மீட்புச் சட்டத்தை இயற்றவேண்டும் என்றெல்லாம் சொல்ல நினைத்தவர்கள் பின்விளைவுகளுக்கு அஞ்சி கமுக்கமாயினர்.

(இப்பத்தியில் கதைத்தன்மை இல்லை என்கிற கவலையில் அன்னந் தண்ணி ஆகாரமின்றி சாவதற்கு வாய்ப்புள்ள புனைவுத்தீவிரர்கள் நேரடியாக அடுத்த பத்திக்குச் செல்லவும்). இதற்குமுன் எங்காவது இப்படி தலையற்ற குழந்தை பிறந்திருக்கிறதா என்பதே உலகெங்கும் கூகுளில் அதிகமாக தேடப்படும் தகவலாக மாறிவிட்டிருந்தது. மனித உடம்பும் விலங்கின் தலையும் கொண்ட தெய்வங்கள் உலக நாகரீகங்கள் பலவற்றிலும் உண்டு. இப்படியான மாறுபாடு கொண்ட 'நாய்தன், மனிநாய்' என்கிற மனித இனங்கள் வாழ்ந்திருப்பதற்கான தடயங்களை உலகின் தொன்மையான மொழிகளில் ஒன்றாகிய தமிழில் வெளியான 'மீசை என்பது வெறும் மயிர்' என்ற நாவலில் காணமுடியும். அதே மொழியில் முண்டம் என்ற வசைச்சொல் புழக்கத்தில் இருப்பது ஏன்? தானே தனது தலையைக் கொய்து தாம்பாளத்தில் வைத்து காணிக்கை தரும் நவகண்டம் என்கிற வழக்கம் வீரயுகக் காலத்தில் இருந்திருக்கிறது. சின்னமுண்டா என்கிற திபெத்திய பௌத்த பிக்குணியின் பெயரே அவள் தலையில்லாதவள்- முண்டமாக இருப்பவள் என்பதை குறிக்கிறது. பின்னாளில் சின்னமஸ்தா என்கிற தலையில்லாத காளியாக கீழைநாடான இந்தியாவில் வழிபடப்படுபவள் இவள்தானாம். தலையில்லாத உருவமொன்று சூரியனை உயர்த்திப் பிடித்திருக்கும் கற்பொறிப்பு எகிப்திய அகழாய்வில் கண்டெடுக்கப் பட்டுள்ளது. தலையில்லாதவன் என்னும் பொருள்படும் *Akephalo* என்ற சொல் கிரேக்கமொழியில் இருப்பதைக்கொண்டு கிரேக்கத் தொன்மத்திலும் தலையில்லாத தெய்வம் இருந்திருக்கும் என வாதிடுவோர் உண்டு. ஆனால் இதெல்லாம் அமானுஷ்யம் பற்றியவை. மனிதர்கள் தலையின்றி பிறந்ததாகவோ இருந்ததாகவோ வரலாறில்லை.

ஏதேதோ மாறுபாடுகளோடும் அவயவங்கள் சிலதின்றியும் குழந்தைகள் அவ்வப்போது பிறந்து கொண்டுதானிருக்கின்றன. தலை சிறுத்தும் பெருத்தும்கூட குழந்தைகள் பிறக்கின்றன. ஆனால்

உலகத்தில் தலையே இல்லாமல் பிறந்த முதல் குழந்தை ஏதுமறியாளுடையதுதான்.

***

பிரசவ மயக்கம் தெளிந்த ஏதுமறியாள் தன்னருகில் தலையின்றி கிடத்தப்பட்டிருந்த குழந்தையைக் கண்டு அலறித் துடித்தாள். எண்சான் உடம்புக்கு சிரசே பிரதானம். ஆனால் எனது குழந்தையின் தலை எங்கே? பிரதமரிடம் காட்டும் பரபரப்பில் வயிற்றைக் கிழித்த மருத்துவர்கள் கவனக்குறைவாக குழந்தையின் தலையைத் துண்டித்துவிட்டார்களா? ஒருவேளை அப்படி துண்டான தலை வயிற்றுக்குள் கிடந்து உருண்டு தவிக்குமோ? பரிதவிப்பில் வயிற்றைத் தடவித்தடவிப் பார்த்தாள். ஃபாஸ்ட் ட்ராக் திட்டம் குழந்தை திரண்டு வளர்வதற்குரிய இயல்பான கால அவகாசத்தைக் கொடுக்காமல் துரிதப்படுத்தி தலை உருவாவதை தடுத்துவிட்டதா? இது குறைப் பிரசவத்தின் மற்றொரு வகையா? அல்லது ஃபாஸ்ட் ட்ராக்கில் இந்தளவில்தான் குழந்தை பிறக்குமா? யாரோ நடத்திப் பார்க்க நினைத்த விபரீதச்சோதனைக்கு நானும் என் குழந்தையும் வெள்ளெலியாகிப் போனோமா? ஆற்றாமையும் அங்கலாய்ப்பும் நெட்டித்தள்ள குழந்தையை மாரோடு அணைத்துக்கொண்டாள். ஊட்டப்படாமல் நெறிகட்டிக் கிடந்த பால் அந்த அழுத்தத்தில் குழந்தையின் மீது பீறிட்டு வீணே வழிந்தது. அழுத பிள்ளைதான் பால் குடிக்குமாம். அழுவதற்கே வாயில்லாத என் குழந்தை எப்படி பால் குடிக்கப் போகிறது என்று நினைக்க நினைக்க அவளுக்கு துக்கம் பெருகியது.

தலையில்லாமல் பிறந்த தனது குழந்தையை காட்சிப்பொருளாக்க வேண்டாம் என்று ஏதுமறியாள் விடுத்த வேண்டுகோள் யார் காதிலும் விழவில்லை. செய்தியாளர்களும் குழந்தையை நேரில் காணும் ஆர்வத்தால் உந்தப்பட்டவர்களும் வந்தவண்ணமிருந்தனர். வருகிறவர்களின் கேள்விகளும் அவர்களது குத்தலான பேச்சுகளும் தலையில்லாத குழந்தையை எப்படி வளர்ப்பது என்கிற குழப்பமும் கூடி அவளையும் அவளது குடும்பத்தாரையும் வெகுவாக தொந்தரவு செய்தன. மன உளைச்சல் மிகுதியான ஒருகட்டத்தில் குழந்தையை கொன்றுவிடலாமா என்று யோசித்தாள். ஆனால் கொல்வதற்கான யாதொரு அவசியமுமின்றி குழந்தையே பிணம்போல தான் கிடந்தது.

***

‘வி.வி.ஜி., குழந்தைக்கு தலையில்லாததை பார்த்த நொடியில் நீங்க காட்டின பதற்றம்... உங்க முகத்துல தெரிந்த திகைப்பு... விசாரணை கமிஷனை அறிவித்த வேகம்... அப்பப்பா... நேரலையில் பார்த்துக்கிட்டிருந்த உலகமே நம்பிடுச்சு உங்களை...’

‘உலகம் எங்கே நம்பியது? அப்படி நம்பியிருந்தால் நாம் இந்த கதிக்கு ஆளாகியிருப்போமா?’

‘கவலைப்படாதீங்க ஜி, ஏதாவது குறுக்குவழியைக் கண்டுபிடிப்போம்...’

‘அந்தாள் சொல்லுற குறுக்குவழியில் போய் போய்தான் இங்கு வந்து சேர்ந்திருக்கிறோம். நான் சொல்லும் குறுக்குவழி என்னன்னா...’

நீதிமன்ற பணியாளர் “சைலன்ஸ்... ஹிட்லினி வகையறா ஹிட்லினி வகையறா...”

ஃபாஸ்ட் ட்ராக் டெலிவரி மூலம் அடுத்தடுத்து பிறந்த குழந்தைகளும் ஏதுமறியாளின் குழந்தையைப் போலவே தலையின்றி பிறந்ததால் ஆவேசம் கொண்ட மக்களைக் கொண்டு உருவான புதிய சாக்கியர் இயக்கம் விரிமார்பன்ஜி என்கிற ஹிட்லினியை வீழ்த்தி காக்கிய வம்சத்தின் ஆட்சியை முடிவுக்கு கொண்டுவந்தது. புதிய சாக்கியர் ஆட்சி அமைத்த விசாரணை ஆணையத்தின் சம்மன் பேரில் சிறையிலிருந்து அழைத்து வரப்பட்டு காத்திருந்த வேளையில் இப்படி உரையாடிக்கொண்டிருந்த ஹிட்லினி, அவரது தளபது குமித்ஹோ, தொழிலதிபர்களாகிய நண்பர்கள் இருவர் ஆகிய நால்வரும் விசாரணைக்கூண்டில் ஏறி நின்றார்கள். அந்த ஹிட்லினி வகையறா நீதிபதி தூயாவிடம் கூட்டாக கொடுத்த வாக்குமூலம்:

“தலை என்பது வெறும் தலையல்ல. எங்களுக்கு விரோதமாக மக்களை தயாரிக்கிற மூளை, கண், காது, வாய், நாக்கு அத்தனையும் அந்தத் தலைக்குள்தான் இருக்கிறது என்பதை பார்க்கவே அச்சமாக இருந்தது. அதனால்தான் ஏதாவதொரு குற்றம்சாட்டி நாடுமுழுக்க தலைவெட்டும் தண்டனையை அமல்படுத்தினோம். ஆனால் எத்தனை பேரின் தலையைத்தான் வெட்டுவது என்று ஒரு கட்டத்தில் சலிப்பாகிப் போனது. தலையை வெட்டுவதையே ஒரு வேலையாக பார்த்துக் கொண்டிருந்தால் மற்ற வேலைகள் தடைபட்டன. எனவே தலையேயில்லாமல் குழந்தைகளை பிறப்பித்துவிட்டால் தலைவெட்டும் வேலை மிச்சம், ஆட்சிக்கும் ஆபத்திருக்காது என்கிற நினைப்பில் ஃபாஸ்ட் ட்ராக் டெலிவரி திட்டத்தைக் கொண்டு வந்து மறைமுகமாக சோதித்துப் பார்த்தோம். எல்லாம் எங்கள் திட்டப்படி நல்லபடியாகத்தான் போய்க்கொண்டிருந்தது. ஆனால், இந்த புதிய சாக்கியர்கள்...”

⊙

இந்த நாடகத்தில் நீங்களும் நடிக்கிறீர்கள்

ஆழ்ந்த உறக்கத்திலிருக்கும் இவன் ஜபு. முழுப்பெயர் ஜனநாயகப் புத்திரன். ஜனநாயகமே வெகுவாக சுருங்கிப்போய்விட்ட காலத்தில் தன் பெயர் மட்டும் இத்தனை நீட்டமாய் எதற்கென சுருக்கி ஜபுவாகி விட்டான். அவன் வீட்டு அழைப்புமணி தானே அடிக்கிறது, உங்களுக்கேன் பதட்டம்? அவன் கண்முழித்து கதவைத் திறக்கட்டும். கவனித்தீர்களா, அழைப்புமணியின் ஒலிப்பைக் கேட்டு அவன் அரக்கப்பரக்கவெல்லாம் எழுந்திருக்கவில்லை என்பதை.

அழைப்புமணி ஒலிப்போசை நின்றபாடில்லை. பக்கத்து ஃபிளாட் ஆட்கள்கூட சத்தத்தால் எழுந்து வந்துவிட்டார்கள். அவனானால் யாராக இருக்குமென யோசித்துக் கொண்டிருக்கிறான். நியூஸ் பேப்பர்? இருக்காது, அந்தப் பொடியன் கீழிருந்தே குறிபார்த்து வீசுகிறவன். உண்மையான சர்ஜிகல் ஸ்டிரைக். துல்லியமாக எய்திடும் இவனையெல்லாம் வில்லேற்றம், ஈட்டியெறிதல், துப்பாக்கிச் சுடுதல், கிரிக்கெட்டில் சேர்க்காதிருப்பதால்தான் நம்ம நாட்டுக்கு தகரப்பதக்கம் கூட கிடைப்பதில்லை என்று கிளை பிரிந்த யோசனையை அழைப்பு மணியின் தொடரொலி திருப்பியது. இது பால்கார கிருஷ்ணனாகத் தான் இருக்கும். அவன்தான் எப்பவும் காலிங்பெல் மீது ஏறி நின்று கொண்டிருப்பது போல இடைவிடாது அடிப்பான். எத்தனையோ முறை சொல்லியாகிவிட்டது. அவன் திருந்துகிற பாடில்லை. கேட்டால் ஆறுமணிக்கப்புறம் என்ன சார் தூக்கம், நானெல்லாம் கிரேடு இறக்க தினத்துக்கும் விடிகாலம் மூணுமணிக்கு முழிக்கிறேன் என்பான். காந்தும் கண்களின் எரிச்சலோடு கடிகாரத்தைப் பார்த்தால் மணி நான்குதான் ஆகியிருந்தது. அவன் வரும் நேரமும் இதுவல்ல.

ஒருவேளை ஊரிலிருந்து யாராவது? அவர்களானால் போனில் தெரிவிக்காமல் வரமாட்டார்களே? அப்படியானால் திருட்...? ஹா.. இது கேட்டேட் கம்யூனிட்டி. 24X7X365 செக்யூரிட்டியின் கண்காணிப்பை மீறி தூசுதும்புகூட நுழையமுடியாது. ஃப்ளாட் ஓனரிடம் முன்னனுமதி வாங்காமல் தாய்தகப்பனைக்கூட செக்யூரிட்டிகள் உள்ளே விடமாட்டார்கள். வேறு யார்? செக்யூரிட்டியை தொலைபேசியில் அழைக்கிறான். ‘நம்ம ரெசிடென்ட்ஸ் அசோசியேஷன் செக்ரட்ரிதான் சார், கதவைத் திறங்க’.

செக்யூரிட்டி பதிலால் மேலும் குழப்பம். இந்நேரத்துக்கு செக்ரட்ரியா? நேற்றிரவு போதை அதீதமாகி ஏதும் பிரச்னை பண்ணி புகாராகிடுச்சா? முகம் கழுவி உடைகளைத் திருத்திக்கொண்டு கதவைத் திறந்தான்.

வெளியே செக்ரட்ரி இவன் முன்பின் பார்த்திராத நாலுபேருடன் நின்றிருந்தார். அவர்களில் ஒரு பெண் பெரிய கேமிராவுக்குப் பின்னிருந்து அவன் கதவைத் திறந்ததிலிருந்து படம்பிடிக்கத் தொடங்கி விட்டாள். தன்னிடம் அனுமதி பெறாது தன்னை அவள் படம்பிடிப்பது கண்டு இவனுக்கு கோபம் எகிறியது. ஆனால் செக்ரட்ரியுடன் வந்திருக்கிறாளே. இயல்பாக இருக்க முயற்சித்தான். குட்மார்னிங் ஜபு, பயப்பட வேண்டாம். இந்நேரத்துக்கு தொந்தரவு பண்ணினதுக்கு மன்னிக்கணும். ஆனா தொந்தரவுக்கான காரணம் தெரிந்தால் என்னை பாராட்டுவீங்க. உள்ளே போய் பேசலாமா' என்று செக்ரட்ரி கேட்டதும் இவன் கதவைத் திறந்து அவர்களை உள்ளே அழைத்துக்கொண்டான்.

அவர் ஏதோ இதுவும் தன் வீடுதான் என்பது போன்ற பாவனையில் அவர்களைத் தோதான இடம் பார்த்து அமரச் சொன்னார். பிறகு துள்ளலான குரலில், "இவங்க புதுசா ஆரம்பிச்சிருக்கிற 'ட்ரூத் டிவி சேனல்' டீம். 'தூக்கத்தில் எழுப்பிக் கேட்டால்கூட'ன்ற தலைப்புல ஒரு புதுமையான நிகழ்ச்சியை இன்னிக்கு நடத்தப்போறாங்க. சுதாரிக்கிறதுக்கு அவகாசம் தராமல் சடார்னு ஒரு கேள்விகேட்டால் மனசுல இருக்கிற கருத்து பதிலா வந்திடுமில்லையா? இவங்களுக்கு அதுதான் தேவை'. அட புதுமை விரும்பிகளே, உங்க அட்ராசிட்டிக்கு ஒரு அளவேயில்லையா என்கிற எரிச்சலை காட்டிக்கொள்ளாமல் அவர் சொல்வதை கேட்டுக் கொண்டிருந்தான்.

'போனமாதம் ஒன்பது கட்டங்களா பொதுத்தேர்தல் நடந்து முடிஞ்சதில்லையா, அதோட வாக்கு எண்ணிக்கை இன்னிக்கு காலை 7 மணிக்கு தொடங்கப்போகுது. அதுக்கு முன்னாடி தேர்தல் முடிவு எப்படி இருக்கும்னு மக்கள்ட்ட ரேண்டமா ஒரு கருத்துக்கணிப்பை நடத்தி இவங்க ஆறரை மணிக்கே வெளியிடப் போறாங்க. ப்ரீ போல், எக்ஸிட் போல் மாதிரி இது ப்ரீ கவுன்டிங். நம்ம அபார்ட்மென்ட்லயும் சாம்பிளுக்கு ஒருத்தர்ட்ட கருத்து கேட்கணும்னாங்க. நீங்கதான் இதுக்கு பொருத்தமான ஆள்னு நான்தான்...'

செக்ரட்டரி சொன்னதுபோல தான் இதற்கு பொருத்தமானவன் தானா என்கிற கேள்வி இவனுக்கு எழுந்தது. அதைவிட, போனமாதம்

ஒன்பது கட்டங்களா பொதுத்தேர்தல் நடந்து முடிஞ்சதில்லையா என்று அவர் சொன்னபோதுதான் அப்படி தேர்தல் நடந்ததே தனக்கு நினைவில் இல்லை என்பது இவனுக்கு உறைத்தது. நல்லவேளை, தேர்தல் நடந்ததா சார் என்று இடைமறித்து கேட்டிருந்தால் அவர் என்ன நினைத்திருப்பார்? தேர்தல் நடந்ததையே மறந்துவிடுமளவுக்கு பொறுப்பவற்றவனான இவனுக்கு ஜனநாயகப்புத்திரன்னு பேர் வச்சவங்கள எதால அடிக்கிறது என்றோ, போயும் போயும் இப்பேர்ப் பட்டவனிடமா கருத்துக்கணிப்பு கேட்க வந்தோம் என்றோ மட்டரகமாக நினைக்கும் சூழலை தவிர்த்துவிட்ட தனது சமயோசிதத்தை பாராட்டிக்கொண்டான்.

தேர்தல்மீது அவநம்பிக்கை பெருகி வாக்குச்சாவடி பக்கம் தலை காட்டாமல் இருப்பதற்கு அனேக காரணங்கள் இருந்தாலும் ஜபு வாக்களிக்கத் தவறியவனில்லை. ஆனாலும் வாக்குச்சாவடிக்குப் போனது, வரிசையில் நின்றது, அடையாள அட்டையைக் காண்பித்து வாக்குச்சீட்டைப் பெற்றது என்று வாக்குப்பதிவின் அடுத்தடுத்த நிகழ்ச்சிநிரல் சித்திரம் மனதுக்குள் மங்கலாக புரண்டாலும் அது இந்தத் தேர்தலா இதற்கு முந்தையதா என்று அவனால் திடமாக முடிவெடுக்க முடியவில்லை. இவ்வளவு நாள் கழித்து வாக்கு எண்ணிக்கை என்றால் இதுவெல்லாம் யாருக்குதான் ஞாபகமிருக்கும்? ஓட்டு என்ன ஊறுகாயா, போட்டு குறிப்பிட்ட காலம் ஊறினால்தான் பதம் வரும் என்பதற்கு? தேர்தல் முடிந்து ஓரிரு நாட்களில் எண்ணி அறிவித்துவிட வேண்டியதுதானே? இதில் தூக்கத்திலிருப்பவனை உலுக்கி எழுப்பி கருத்துக்கணிப்பு வேறு!

அவர்கள் அப்படியொன்றும் சிக்கலான, யோசித்து பதில் சொல்லும் படியான கேள்வியெதையும் கேட்டுவிடவில்லை. அச்சடித்து தயார் நிலையில் கேள்வித்தாள். சரியானதை டிக் செய்தால் போதும்.

* தேர்தல் நடப்பது- நேரவிரயம்/ பொருள் விரயம்/ இரண்டும்

* ஐந்தாண்டுக்கு ஒருமுறை தேர்தல் என்பதை மாற்றுவதெனில் உங்கள் பரிந்துரை- 10 ஆண்டுகள்/ 15 ஆண்டுகள்/ தேர்தலே அவசியமற்றது

* அண்டைநாட்டுடன் போர் தொடுக்க உகந்த காலம்- அதிருப்தி அதிகரிக்கும் போது/ தேர்தல் அறிவிப்புக்கு முந்தைய மாதம்/ வாக்கெடுப்புக்கு முந்தைய மாதம்

* ஆயுட்கால பிரதமர் என்கிற யோசனை சரி என்பதற்கான மதிப்பெண் 100 என்றால் நீங்கள் வழங்க விரும்புவது- 100/ 110/ 200

* இப்போதைய பிரதமரை ஏன் ஆதரிக்கிறீர்கள்- திறமை/ தீர்க்கம்/ வேறு மாற்று இல்லை

* இப்போதைய பிரதமரை எதிர்க்காமல் இருப்பதற்கான காரணம் - இல்லை மாற்று வேறு/தீர்க்கம்/ திறமை

* வரும் தேர்தலிலும் பிரதமருக்கு தொடரும் உங்கள் ஆதரவு- மனப் பூர்வமானது/ அரசியல்பூர்வமானது/ தேசபக்திமிக்கது- இப்படியாக பத்து கேள்விகள்.

ஜபு விடைத்தாளை கையொப்பமிட்டுக் கொடுத்தான். காமிரா முன் சில கேள்விகளுக்கு பதில் சொல்லவேண்டும் என்று அந்தப்பெண் கேட்டுக்கொண்டாள். ஒளிபரப்பில் இவன் பேசியது சில விநாடிகள் இடம்பெறும் என்றாள். ஒளிப்பதிவு முடிந்து கிளம்பும் போது ஏதோவொரு நட்சத்திர உணவகத்தில் பத்தாயிரம் லிபாய்க்கு சாப்பிட்டால் ஆயிரம் லிபாய் தள்ளுபடியாவற்கான கூப்பனை அந்தப் பெண் கொடுத்துவிட்டு அதையும் படம் பிடித்துக்கொண்டாள். 1000 லிபாய் டிஸ்கவுன்ட்டுக்கு நான் ஏன் ஒன்பதாயிரம் செலவழிக்கணும் என்று யோசித்தபடியே அவர்களை வழியனுப்பி வைத்தான்.

முதன்முதலாக தொலைக்காட்சியில் முகம் காட்டப்போகும் நினைப்பு அவனுக்குள் பெரும் பரவசத்தை கிளர்த்திவிட்டிருந்தது. தேர்தல் முடிவை முன்கூட்டியே அறிந்திடும் ஆர்வத்தில் ஒளிபரப்பைக் காணும் கோடிக்கணக்கான மக்கள் முன் தோன்றி தான் பேசவிருப்பதை நினைத்து அவன் தரையில் கால்பாவாமல் நடந்தான். “ட்ரூத் டிவியில் காலை ஆறரை மணிக்கு நான்” என்று நண்பர்களுக்கும் உறவினர்களுக்கும் வாட்ஸ்அப்பில் செய்தி அனுப்பினான். செய்தியைப் பார்த்து செல்போனில் அழைத்தவர்களிடம், ‘இதெல்லாம் தனக்கு பெரிய விசயமில்லை’, ‘இதிலெல்லாம் தனக்கு பெரிதாக ஆர்வமில்லை’, ‘இத்தனை கோடி மக்களிருக்க தன்னைத் தேடிவந்து விட்டார்களே என்பதற்காக பேசித்தொலைக்க வேண்டியதாயிற்று’ என்கிற ரீதியில் பிகுவாக பேசினான். மனசுக்குள் இருந்த பரவசத்தை அப்படியே காட்டிக்கொண்டால் டிவி மோகத்தில் அலைகிறவன் என்று மலினமாக கருதிவிடுவார்களே.

ஜபு ஆறுமணியிலிருந்தே தொலைக்காட்சியின் முன்பாக அமர்ந்துவிட்டிருந்தான். தேர்தல் ஆணையத்தின் அறிக்கை பிரேக்கிங் நியூஸாக ஓடியது. "வாக்கு எண்ணிக்கையைச் சீர்குலைக்கவும் வாக்குப்பதிவு இயந்திரங்களை கைப்பற்றவும் எதிர்க்கட்சிகள் சதித்திட்டம் தீட்டியிருப்பதாக உளவுத்துறைக்கு ரகசியத்தகவல் கிடைத்ததையடுத்து அந்தக்கட்சிகளின் தலைவர்களும் தொண்டர்களும் நேற்று நள்ளிரவு தேசப்பாதுகாப்புச் சட்டம் மற்றும் தேசதுரோக தடுப்புச் சட்டத்தின் கீழ் கைது செய்யப்பட்டுள்ளனர். வாக்கு எண்ணிக்கை இடையூறின்றி நடப்பதை உத்திரவாதப்படுத்த இந்த முன்னெச்சரிக்கை நடவடிக்கை தவிர்க்க முடியாததாகிவிட்டது".

இன்னும் அரைமணி நேரத்தை கடத்தியாக வேண்டிய பரிதவிப்பில் ஒவ்வொரு சேனலாக மாற்றிமாற்றி பார்க்கத் தொடங்கினான். 'தூக்கத்தில் எழுப்பிக் கேட்டால்கூட' போலவே 'வாக்கும் நாக்கும்', 'மனசுக்குள் ஒரு கவுண்டிங்', 'முந்திரிக்கொட்டை முடிவு', 'நாங்கள் சொல்கிறோம் நாடு நினைக்கிறது' போன்ற தலைப்புகளில் மற்ற சேனல்களும் கருத்துக்கணிப்பை நடத்தியிருப்பது அப்போதுதான் இவனுக்கு தெரியவந்தது. வாக்கு எண்ணிக்கை எப்படி தங்களது 'ப்ரீ கவுன்டிங்' கணிப்புடன் பொருந்திவரப் போகிறது என்பதை சேனலுக்கு நாலுபேர் சிலாகித்துக் கொண்டிருந்தார்கள். கடந்தகாலத் தேர்தல்களில் யாருடைய கணிப்பு, உண்மையான முடிவுடன் ஓரளவுக்கேனும் பொருந்திப்போனது என்பதற்கான புள்ளிவிவரங்கள் வரைபடங்கள் திரைமுழுக்க விரிந்து கிடந்தன. அதிகாரப்பூர்வமாக எண்ணிக்கை தொடங்கப்படுவதற்கு முன்பாகவே நாங்கள் நாட்டு மக்களின் உணர்வுகளை நாடி பிடித்து கணித்துவிட்டோமெனக் காட்டுவதன் மூலம் பார்வையாளர்களை அதிகரிப்பது, டி.ஆர்.பி. ரேட்டிங், விளம்பரம் என்று ஜபு அறிந்திராத பற்பல கணக்குகள் இதற்குள்ளே பொதிந்திருந்தன.

'36.3% வாக்குகள் மட்டுமே பதிவாகியிருக்கும் இதை பொதுத் தேர்தல்னு சொல்வதே அபத்தம்', 'வாக்களிக்காமல் இருந்துவிட்டு அது மோசம் இது நாசம்னு அங்கலாய்க்கிற கும்பலுக்காக கவலைப் படுவது அனாவசியம்', 'வாக்களிக்காமல் இருப்பதற்கும் ஜனநாயகத்தில் இடமிருக்கு', வாக்களிக்காத 63.7 சதம் பேரை ஆட்சிக்கு எதிரானவர்கள் என ஏன் கணக்கிடக்கூடாது? 'மந்தமான வாக்குப்பதிவு பற்றி நமக்கேன் கவலை', என்று தாறுமாறான விவாதங்கள். உண்மையான முடிவுகளை இவர்களே அறிவிக்க இருப்பதுபோல இப்படி சேனல்கள் எழுப்பிய

ஆரவாரத்தாலும் அதனொரு பகுதியாக தானும் இருப்பதாலும் ஐபு மிகுந்த பரபரப்புக்குள்ளாகிவிட்டான்.

ட்ரூத் சேனலில், கருத்துக்கணிப்பில் பங்கெடுத்தவர்கள் பேசும் காட்சி பின்புலத்தில் ஓடிக்கொண்டிருக்க, காரசாரமாக நேரலை விவாதத்தில் பங்கெடுத்திருந்த மூவரில் ஒருவர் (நடுசாரி வந்தனையாளர்), ‘இந்த நேயர் சொல்வதை கவனியுங்கள்...’ என்கிறார். உடனே திரையில் ஐபு பேசுவது திரும்பவும் காட்டப்படுகிறது. அந்த நொடியிலிருந்து விவாதத்தின் போக்கு திசைமாறுவதுபோல அவர் மேலும் தொடர்கிறார்: ‘இவர் சொல்வதுதான் வாக்காளர்களின் எதார்த்த மனநிலை. அதாவது ஆளுங்கட்சிமீது அதிருப்தி இருப்பது உண்மைதான். ஆனால், அது அந்தக்கட்சியை பதவியிலிருந்து இறக்கி விடும் அளவுக்கானதல்ல. ஒருவேளை இம்முறை முன்னிலும் கூடுதலான இடங்களைப் பெற்றாலும் ஆச்சரியமில்லை’. ஆனால் அவரது கருத்தை மறுப்பது போல மற்றவர் (இடதுசாரி நிந்தனையாளர்) ‘வேண்டுமானால் ஆட்சியை தக்கவைத்துக்கொள்ள முடியுமே தவிர 2014விட கூடுதல் இடங்களைப் பெறுவது சாத்தியமில்லை’ என்றார். மூன்றாமவர் (வலதுசாரி வந்தனையாளர்) ‘ஒருவர் சொன்னதை மட்டும் திரும்பத்திரும்ப காட்டி வலிந்து வேறு பொருள்கூற நீங்கள் இருவருமே முயற்சிப்பதாக தெரிகிறது. மற்றவர்கள் சொன்னதையும் உன்னிப்பாக பரிசீலித்தால் உண்மை நிலவரம் பிடிபடும்...’ என்றார். ஆனால் அவர் உண்மை நிலவரம் என்னவென்று சொல்லவில்லை.

‘ஒன் ஃபைன் மார்னிங்...’ என்பார்களே அது தனக்கு இன்றுதான் போல என்று மகிழும்படியாக நிகழ்ச்சி தொடங்கியதிலிருந்தே தெரிந்தவர்களிடமிருந்தும் புதிய எண்களிலிருந்தும் ஐபுவின் அலைபேசிக்கு அடுத்தடுத்து அழைப்புகள் வந்தவண்ணமிருந்தன. எப்போதும் இவனை கடுப்படிக்கும் ரிசார்ட் மேலாளர்கூட பாராட்டி குறுஞ்செய்தி அனுப்பியிருந்தார். இவனானால் எதுவொன்றுக்கும் பதிலளிக்காமல் திரையையே பார்த்துக்கொண்டிருந்தான். எவ்வளவோ பேரிடம் கருத்து கேட்டிருந்தாலும் தான் சொன்னதை திரும்பத் திரும்ப மேற்கோள் காட்டியும் மையப்படுத்தியும் விவாதம் நடந்ததை குறித்த பரவசத்தில் ஆழ்ந்திருந்த ஐபு இயல்புக்குத் திரும்பவியலாது தத்தளித்தான். ‘தூக்கத்தில் எழுப்பிக் கேட்டால்கூட’ என்கிற எமது கருத்துக்கணிப்பு, உண்மை நிலவரத்திற்கு எவ்வளவு நெருக்கமாக இருக்கிறது என்பதை நேரடியாக காணும் நேரம் நெருங்கிவிட்டது. நாடு முழுவதும் வாக்கு எண்ணிக்கை மையங்களில் இருந்து எமது

செய்தியாளர்கள் உடனுக்குடன் தரும் முன்னணி நிலவரங்களை இதோ இன்னும் சிலநொடிகளில் காணத் தயாராகுங்கள்...

'ட்ரூத்'தில் ஐபு போலவே இன்னபிற சேனல்களின் கருத்துக் கணிப்புகளில் பங்கெடுத்தவர்களாலும் அவர்களுக்கு வேண்டியவர்களாலும் கருத்துக்கணிப்பு பற்றிய செய்தி பரவிக் கொண்டிருந்தது. அதுவுமன்றி வாக்கு எண்ணிக்கை நேரலையைக் காண்பதற்கென்றே இன்று தேசிய விடுமுறை என்கிற அறிவிப்பு அதிகாலையே வெளியாகிவிட்டதால் ஒருவித கொண்டாட்ட மனநிலை நாடெங்கும். நேயர்களை ஈர்ப்பதற்கு சேனல்கள் நூதன உத்திகளைக் கையாண்டன. ஒருமணி நேரம் தங்கள் சேனலை மாற்றாமல் பார்ப்பவர்களுக்கு ஒரு லிட்டர் பெட்ரோல்/டீசல், இடையிடையே கேட்கப்படும் கேள்விக்கு பதிலளித்தால் பிள்ளைகளை எல்.கே.ஜி.யில் சேர்க்க முன்னுரிமை கூப்பன் என்பது போன்ற விலையுயர்ந்த அதிரடி ஆஃபர்களை அறிவித்திருந்ததால் அனேகமாக நாட்டின் மொத்த சனங்களுமே டிவி முன்பிருந்து கருத்துக்கணிப்பையும் வாக்கு எண்ணிக்கை நிலவரத்தையும் காணும் நிலை உருவாகியிருந்தது.

ஒரு கருத்துக்கணிப்பில் பங்கெடுத்து நாலுவார்த்தை பேசியதோடு தன் வேலை முடிந்துவிட்டதாக ஐபுவால் இப்போது நினைக்க முடியவில்லை. தானே தேர்தலில் போட்டியிட்டிருப்பதைப் போன்றதொரு எண்ணம் அவனுக்குள் வலுப்பெற்றுக் கொண்டிருந்தது. ஆகவே, தான் கணித்ததன் அடிப்படையில் சொற்ப பெரும்பான்மையிலாவது ஆளுங்கட்சியே வெற்றி பெறவேண்டும் என்று விரும்பினான். அவன் அந்தக் கட்சியின் அங்கத்தவனோ ஆதரவாளனோ இல்லை என்றாலும் அது வெற்றி பெறுவதில்தான் தனது கணிப்புத்திறனும் கௌரவமும் அடங்கியிருப்பதாக நம்பினான். ஆகவே அவன் வாக்கு எண்ணிக்கை துரிதகதியில் நடந்து முடிவுகள் விரைவாகவே வெளியாக வேண்டுமென்று எதிர்பார்த்தான். வாக்கு எண்ணிக்கையின் முன்னணி நிலவரங்களில் ஆளுங்கட்சி தொடர்ந்து முன்னிலை வகித்தது கண்டு ஐபு இப்போது ஆசுவாசமானான்.

நேரலை விவாதம் ஆளுங்கட்சிக்கு அடுத்தபடியாக முன்னிலை பெற்றுவந்த கட்சி நோக்கித் திரும்பியது. "மக்களோடு எவ்விதத் தொடர்போ அறிமுகமோ இல்லாத சிலர் திடீரென தேர்தலுக்கு முன்பாக கட்சிகளைத் தொடங்குகிறார்கள். நாட்டின் தலையாயப் பிரச்னைகளையோ தீர்வுகளையோ ஒருபோதும் பொதுவெளியில்

பேசியிராத அவர்களில் ஒருவரது கட்சி களமிறங்கிய முதல் தேர்தலிலேயே இவ்வளவு இடங்களை எப்படி பெறமுடிகிறது என்று விவாதகர்களில் ஒருவர் எழுப்பிய கேள்வி ஐபுவை ஈர்த்தது. "அப்படியொரு கட்சியிடமும்கூட தாக்குப்பிடிக்க முடியாமல் தமது வாக்குவங்கியை பறிகொடுத்துவிடும் லட்சணத்தில்தான் பாரம்பரியமான கட்சிகள் இருந்திருக்கின்றன என்பதை இந்தத் தேர்தல் அம்பலப்படுத்திவிட்டது. ஏற்கனவே உள்ள கட்சிகளால் நிரப்பப்பட முடியாத அரசியல் வெற்றிடம் புதிய கட்சிகளால் நிரம்பும். தர்க்கப்படி சரிதானே?" என்று மற்றவர் தந்த மறுப்பும் இவனுக்கு சரியென்றே பட்டது. இதுகுறித்து எதிர்க்கட்சித் தலைவர்களிடம் கருத்து கேட்கலாமென்றால் அவர்கள் மொத்தப்பேரும் கைதாகி இருக்கிறார்கள் என்று விவாத ஒருங்கிணைப்பாளர் அலுத்துக் கொண்டார்.

பிற்பகலில் வாக்கு எண்ணிக்கையின் இறுதி நிலவரம் வெளியானது. "தேர்தல் ஆதாயத்திற்காக எதிர்க்கட்சிகள் குறுகிய மனப்பான்மையுடன் கீழ்த்தரமான முயற்சிகளில் இறங்கியிருப்பது கண்டு வேதனையடைகிறேன். நெருக்கடியான இக்காலக்கட்டத்தில் நாட்டின் ஜனநாயக மாண்பினைக் காப்பதற்கு துணிச்சலான முடிவினை எடுத்தமைக்காக தேர்தல் ஆணையத்தைப் போற்றுகிறேன். என் மீதும் எனது ஆட்சியின் மீதுமான நம்பிக்கையை மீண்டும் வெளிப்படுத்தியுள்ள லிபரல்பாளையம் மக்களின் பாதங்களில் எனது வெற்றியை காணிக்கையாக்குகிறேன்" என்று கண்ணீர்மல்க பிரதமர் ஆற்றிய உரையில் ஐபு நெகிழ்ந்து போனான்.

***

ஐபு நாடாளுமன்றத்தின் நடுமண்டபத்தில் அமரவைக்கப் பட்டிருந்தான். புதிதாக தேர்ந்தெடுக்கப்பட்ட நாடாளுமன்ற உறுப்பினர்களும் அமைச்சரவையினரும் தங்களது இந்த நிலைக்கு காரணமான அவனைப் பாராட்டி நன்றி தெரிவித்தனர். ஐபுவால் எடுக்கப்பட்டு நாட்டையே புரட்டிப்போட்ட 'தாவத்தூர் வீடியோ' நிகழ்வின் முடிவில் திரையிடப்பட்டது. அந்த வீடியோவை தான் எடுக்க நேர்ந்த சூழலை ஐபு விவரித்தான்.

பொதுவாக எங்கள் ரிசார்ட்டுக்கு யார் எதற்காக வருகிறார்கள் என்பதில் பணியாளர்களாகிய நாங்கள் ஆர்வம் காட்டுவதில்லை. ஆனால் நாட்டின் மிகப்பெரும் தொழிலதிபர்கள் இருவர், ஆயிரம் பேருக்கு விருந்தளிக்க எங்கள் தாவத்தூர் ரிசார்ட்டை தேர்வு

செய்திருக்கிறார்கள் என்பது சாதாரண விசயமா? ஒருவகையில் இது எங்களுக்கு கிடைத்த கௌரவம் என்றும்கூட பெருமிதப்பட்டோம். ஆனால் அன்றிரவு நாங்கள் வரவேற்ற அந்த விருந்தினர்களின் கலவை என்னை திகைக்கவைத்தது. பிரதமர், எதிர்க்கட்சித் தலைவர், நாடாளுமன்ற உறுப்பினர்கள், புதுக்கட்சிகளின் தலைவர்கள், தேர்தல் ஆணையர், தலைமை நீதிபதி, போலிஸ் உயரதிகாரி, ராணுவத் தளபதிகள், மடாதிபதிகள், கார்ப்ரேட் முதலாளிகள், டிவிக்காரர்கள்... இவ்வளவு பேரும் எந்தப்புள்ளியில் இணைந்து இங்கு வந்திருக்கிறார்கள்? இந்தக் கலவையின் வினோதத்தன்மை எனக்குள் ஒருவகை குறுகுறுப்பை உண்டாக்கி அவர்களை கவனிக்கத் தூண்டியது.

உல்லாசமும் உபசாரமும் ஒன்றுக்கு மேற்பட்ட போதையும் கிளர்த்தி விட்ட கட்டற்ற மனநிலையில் அவர்களில் சிலர் பேசியதைக் கேட்டு அதிர்ந்துபோனேன். தனிப்பட்ட முறையில் நான் ஏமாற்றப் பட்டிருக்கிறேன், அவமதிக்கப்பட்டிருக்கிறேன் என்று அந்தக் கணத்தில் ஏற்பட்ட உணர்வுதான் எனக்குள்ளிருந்து என்னை இயக்கியிருக்கிறது என்று சொல்லலாம். அதற்கப்புறம்தான் அடுத்து வந்த மூன்று நாட்களிலும் அந்த விருந்தாளிகளில் பலரையும் கண்காணித்து ரகசியமாக மொபைலில் படம் பிடிக்கத் தொடங்கினேன். சிக்கினால் ஈ எறும்பு மொய்க்கக்கூட எதுவும் மிஞ்சாமல் அழிக்கப்படுவோம் என்கிற ஆபத்தான நிலையில் நான் படம் பிடித்தது சாகசத்திற்காக அல்ல.

அவர்கள் பெயரால் தொழிலால் வேறுபட்டிருந்தாலும் ஒரே கும்பல் தான். தேர்தல் நடத்தினால் தோற்போம் என்பதால் தேர்தலை நடத்தாமலேயே நடந்ததாக நாடகமாடி ஆட்சியை தக்கவைத்துக் கொண்டவர்கள். இந்த கபட நாடகத்தில் கும்பலின் ஒவ்வொருவரும் பங்குதாரிகள். டிவி சேனல்கள்தான் இவர்களது முகமும் பலமும். சேனல் முதலாளிகளையும் தலைமைச் செய்தியாசிரியர்களையும் விருந்துக்கு அழைத்து பிரதமர் ஏற்கனவே தனது கட்டுப்பாட்டுக்குள் கொண்டு வந்திருந்ததால் வேலை சுளுவாகியது. இவையல்லாமல் ட்ரூத் டிவி போல 27 சேனல்களை புதிதாக தொடங்கியிருக்கிறார்கள். வாக்கு எண்ணிக்கை நாடகத்தை சமூக ஊடகங்களில் பரப்ப அந்த ஒரு நாளுக்கு மட்டும் 3.2லட்சம் பேரை கொழுத்த சம்பளத்தில் அமர்த்தியிருக்கிறார்கள். இதற்கெல்லாம் ஆன செலவு அதிகம்தான் என்றாலும் இவ்வளவு பெரிய நாட்டை ஆள்வதால் ஏற்படும் ஆதாயங்களை ஒப்பிடும்போது ஒன்றுமேயில்லை எனலாம்.

இந்தக் கும்பல் என்னையும்கூட நடிக்கவைத்துவிட்டதென்றால் பாருங்கள். 'இன்னும் சற்றுநேரத்தில் தொடங்கவிருக்கும் வாக்கு எண்ணிக்கை முடிவு எப்படி இருக்குமென்று நீங்கள் கணிக்கிறீர்கள்?' என்று இந்த ஊடகங்கள் கேட்டதும் நான் உட்பட பலரும் குழம்பிப் போனோம். இந்த கருத்துக்கணிப்பு, வாக்கு எண்ணிக்கை நடக்கத்தான் போகிறது என்கிற நம்பகத்தை மக்களிடத்தில் உருவாக்கிவிட்டது. அடுத்தக்காட்சி வாக்கு எண்ணிக்கை. அசலான வாக்கு எண்ணிக்கை போன்ற பரபரப்புடன் இடம்பெற்ற நேரலை விவாதங்கள் எல்லாமே இவர்களது ஜோடனை தான். வாக்குப்பதிவு 36.3%தான் என்றதும் வாக்களிக்காத 63.7சதத்தில் நாமும் ஒருத்தர்போல என்று மக்கள் ஒவ்வொருவரும் தம்மை நினைத்துக்கொண்டார்கள். ஆளுங்கட்சிக்கு அடுத்தபடியாக வந்ததும் வேறுபல புதிய கட்சிகளும் ஆளுங்கட்சியால் மந்தரித்து உருவாக்கப்பட்டவைதான். ஒன்றுக்கு மேற்பட்ட கட்சிகள் போட்டியிட்டிருப்பதாக காட்டினால்தானே மக்கள் நம்புவார்கள்? முதல் நாளிரவே உங்களையெல்லாம் சிறைக்குள் அடைத்துவிட்ட படியால் எந்த இடையூறுமில்லாமல் அவர்கள் இந்த மோசடியை நிறைவேற்றி முடித்திருந்தார்கள். அந்த சாமர்த்தியத்தை கொண்டாடி களிக்க எங்கள் ரிசார்ட்டுக்கு வந்துதான் தற்செயலாக மாட்டிக் கொண்டார்கள்.

என் வீடியோ இவ்வளவு பெரிய கொந்தளிப்பை இங்கே உருவாக்கும் என்று நான் நினைத்திருக்கவில்லை. அன்றைக்கு விருந்திலிருந்து திரும்பிய ஒவ்வொருவரையும் மக்கள் தேடித்தேடி சிறைப்பிடித்து... சிறையிலிருந்த உங்களை விடுவித்து... மறுதேர்தல்... ஆட்சி மாற்றம்... என்று இவ்வளவு வேகமாக இதெல்லாம் நடப்பதற்கு என் வீடியோ காரணமாக இருந்திருக்கிறது என்று நினைக்கவே...

ஜபு இப்போதெல்லாம் தட்டுத்தடுமாறி ஜனநாயகப்புத்திரன் என்று தனது முழுப்பெயரையும் சொல்ல முயற்சிக்கிறான்.

***

மாண்புமிகு இரும்பு ஆண்மணி

வருடத்தின் கடைசிநாள். முடியப்போகும் ஆண்டின் முக்கிய நிகழ்வுகள் என்று எதையெதையோ தொலைக்காட்சிகள் தொகுத்து கொட்டிக்கொண்டிருந்தன. வரவிருக்கும் புத்தாண்டை வரவேற்கும் விதமான சிறப்பு நிகழ்ச்சிகளும் களைகட்டியிருந்தன. பிரபலமான நடிக நடிகையரும் தலைவர்களும் வாழ்த்துகளை தெரிவித்துக் கொண்டிருந்தார்கள். இவர்களாக ஒரு காலக்கணக்கை வைத்துக் கொண்டு அது முடிந்ததாகவும் தொடங்குவதாகவும் கொண்டாடுவதைப் பார்க்க எனக்கு அபத்தமாக இருந்தது. தொலைக்காட்சியை நிறுத்திவிட்டு வெளியே போய்வரலாம் என்று கிளம்பும் போதுதான் 'இன்னும் சற்று நேரத்தில் தொலைக்காட்சிகளில் தோன்றி நாட்டு மக்களிடையே பிரதமர் உரையாற்றவிருக்கிறார்' என்கிற ''பிரேக்கிங் நியூஸ்'' திரையில் மின்னத் தொடங்கியது.

லிபரல்பாளையம் பிரதமர்களிலேயே மாண்புமிகு இரும்பு ஆண்மணி மிகவும் வித்தியாசமானவர். அதற்கு காரணம் அவரை வளர்த்தெடுத்த ராஷ்ட்டிரீய சர்வநாஸ்தி சபை. அலங்காரமான பெயரை வைத்துக்கொண்டு நாட்டை நாஸ்தியாக்கும் போலித் தனத்திற்கு பதிலாக, நாட்டை நாஸ்தியாக்கத்தான் போகிறோம் என்பதை பெயரிலேயே உணர்த்திவிடும் வெளிப்படைத்தன்மையைப் பாராட்டி அச்சபையை மக்கள் மிருகபலத்தோடு வெற்றிபெறச் செய்திருந்தார்கள். மிருகபலம் கொண்ட ஓர் ஆட்சி மனிதத் தன்மையோடு நடக்காது என்கிற உலகறிந்த உண்மையை லிபரல் பாளையத்திலும் மெய்ப்பிக்கப் பொருத்தமானவர் என்பதால் சபை அவரை பிரதமராக்கியது.

முடிவுகள் எடுப்பதில் உறுதியாகவும், முடிவுகளை செயல் படுத்துவதில் அதைவிட உறுதியாகவும் இருக்கக்கூடியவர் என்பதை எடுத்தயெடுப்பில் பொளேரென உணர்த்தும் விதமாக அவருக்கு இரும்பு மனிதர் என்கிற பட்டத்தை சூட்டுவதே சபையினரின் விருப்பமாயிருந்தது. ஆனால் அந்தப் பட்டம் ஏற்கனவே அண்டை நாடான இந்தியாவில் வல்லபாய் படேல் என்கிற தலைவருக்கு சூட்டப் பட்டிருப்பதுடன், அவருக்கு 3000 கோடி ரூபாய் செலவில் 182 அடி

உயர சீனச்சிலையை இந்திய அரசு நிறுவும் செய்தி பிரபலமாகி வந்தபடியால் அந்தப் பட்டம் வேண்டாம் என்பது ஒருசாரார் கருத்து. அடுத்தவீட்டுக்காரன் பெயரே தெரியாத நம் சனங்களுக்கு அண்டைநாட்டில் இரும்பு மனிதர் என்றொருவர் இருந்த விசயம் தெரியவா போகிறது, அதே பட்டத்தை இவருக்கு வழங்குவோம் என்பது இன்னொரு சாரார் கருத்து. ஒரு பட்டப் பெயரைக்கூட சுயமாக உருவாக்கித்தர வக்கில்லாமல் இரவல் பெற்றவர்கள் என்று பின்னாளில் யாரேனும் கண்டுபிடிக்கக்கூடும் என்கிற கவலையில் வேறொரு பொருத்தமான பட்டப்பெயரை உருவாக்குவதில் அவர்கள் தீவிரமாக முனைந்திருந்தார்கள்.

அவரது பட்டாப்பட்டி டவுசரின் அளவான 86 இன்ச் என்பதை மையப்படுத்தி 'அகன்ற இடுப்பன்' என்கிற பெயரும்கூட பரிசீலனைக்கு வந்தது. ஆனால் இறுதிப்படுத்தப்பட்டதென்னவோ 'இரும்பு ஆண்மணி'. பிரிட்டனின் மார்கரெட் தாட்சர், இந்தியாவின் இந்திரா காந்தி, குனிஞ்சாங்குப்பத்தில் முதல்வராயிருக்கும் போதே மர்ம மரணமடைந்த முதல்வர் ஒருவர் ஆகியோர் இரும்புப் பெண்மணி என்றழைக்கப்பட்ட மரபை அடியொட்டி எங்கள் பிரதமர் 'மாண்புமிகு இரும்பு ஆண்மணி' ஆனார். அப்போதிருந்து உலகத்தின் ஒரேயொரு இரும்பு ஆண்மணி எங்கள் பிரதமர் மட்டுமே. இரட்டை அர்த்தத்தில் கேலியாக சித்திரிக்கும் பல கதைகள் உருவாவதற்கான கெடுவாய்ப்பை எண்ணி வேறு யாரும் இரும்பு ஆண்மணி என்கிற பெயரை வைத்துக் கொள்ள விரும்பவில்லை என்பது இவ்விடத்தில் தேவையற்றதோர் உண்மை. எப்படியாயினும் அவருக்கே அவரது உண்மையான பெயர் நினைவிலில்லாமல் போனது.

இரும்பு ஆண்மணி என்கிற பெயரில் உள்ள உறுதித்தன்மை அவரது நடப்பில் இல்லாமல் போனதை நாடு வெகுசீக்கிரத்திலேயே கண்டு கொண்டது. சற்றே சூடேற்றி தேவைப்பட்ட விதத்தில் பலராலும் வளைக்கப்பட முடிந்தவராகியதன் மூலம் அவர் இரும்பு என்பதற்கு அவக்கேடான புதிய அர்த்தத்தை பெற்றுத் தந்திருந்தார். தனது சுயரூபம் அம்பலப்படுவதை சமாளிப்பதற்காக இரும்பு ஆண்மணி அவ்வப்போது இவ்வாறு தொலைக்காட்சிகளில் தோன்றி உரையாற்றுவதை வழக்கமாகக் கொண்டிருக்கிறார். பொதுவாக அவர் ஆற்றும் உரையை மக்கள் மிக கவனமாக காதைப் பொத்திக்கொண்டு கேட்டு ரசித்தார்கள். அவரது பேச்சைவிடவும் அங்கசேஷ்டைகளும்

முகபாவங்களும் ரசிக்கும்படியாய் இருப்பதும் இதற்கொரு காரணம். மேடையிலிருந்து இறக்கிவிடப்பட்டதொரு நடிகர் உளவியல் சிக்கலுக்கு ஆளாகி எப்போதும் நடித்துக்காட்டியபடியே இருப்பது போன்றதோர் உணர்வை அவரது அங்கசேஷ்டைகளும் முகபாவங்களும் ஏற்படுத்தின. இப்படியான ஏற்பாடுகள் பலமாக இருந்தாலும், அவரது உரையில் பெரும்பாலும் உப்புச்சப்பில்லாத விசயங்களே இடம் பெற்றன. புதிதாக வாங்கிய துணிமணிகளை நாட்டுமக்களிடையே போட்டுக்காட்டி அபிப்பிராயம் கேட்பதுபோல அபத்தமாகவும்கூட ஆகிவிடுவதுண்டு. ஆகவே என்னத்த பேசிவிடப்போகிறார் என்கிற அசிரத்தையோடும் இன்றைக்கு எவ்வளவு கேலிக்குரிய விதமாக தோன்றப்போகிறாரோ என்கிற குறுகுறுப்புடனும்தான் நான் உட்பட பலரும் அந்த ‘பிரேக்கிங் நியூஸ்’ அறிவிப்பை பார்த்துக் கொண்டிருந்தோம்.

திரைப்படத்தில் கதாநாயகனை முதன்முதலாக காட்டும்போது ஒலிக்கும் பின்னணி இசையையும் ஒளிக்கோலங்களையும் நினைவூட்டும் விதமான காட்சியமைப்புக்கிடையே பிரதமர் மாண்புமிகு இரும்பு ஆண்மணி திரையில் தோன்றினார். எல்லாவற்றையும் எய்தி விட்டதற்கு பின்னான ஒருவகை நிறைவும் துறவும் கலந்த மனநிலைக்கு இசைவாக இருந்தது அவரது முகப்பொலிவு. எவ்வித உரைக்குறிப்புமின்றி நெடுநேரம் பேசும் வழக்கத்தையுடைய அவர் இன்றைக்கு கையிலே ஓர் அறிக்கையை வைத்திருந்தார். ‘மகிழ்ச்சிமிக்க புதிய லிபரல்பாளையம் புத்தாண்டில் பிறக்கும் என்று ஏற்கனவே நாட்டுமக்களுக்கு கொடுத்திருந்த உறுதிமொழியை நிறைவேற்றுவதில் நான் இரும்பைப்போல உறுதியாயிருக்கிறேன். அதன்பொருட்டு நான் இந்தக் கணமே பிரதமர் பதவியிலிருந்து விலகுகிறேன். நன்றி. வணக்கம்...’ அறிக்கையை வாசித்து முடித்ததும் மண்டியிட்டு தரையை முத்தமிட்ட அவர் சரேலென அரங்கை விட்டு வெளியேறிய நிலையில் தொலைக்காட்சியின் திரை வெறுமையில் உறைந்தது.

*

இரும்பு ஆண்மணி இப்படியொரு முடிவை அறிவிப்பார் என்று தாங்களே எதிர்பார்க்கவில்லை என்று ராஷ்ட்டிரீய சர்வநாஸ்தி சபையினர் கூறிக்கொண்டாலும் அவர்களுக்கு தெரியாமல் அவர் எச்சிலைக்கூட விழுங்கமாட்டார் என்றே மக்கள் பேசிக்கொண்டார்கள். இந்தளவுக்கு விசுவாசமான அடிமையை இவ்வளவு சீக்கிரத்தில்

இழந்துவிட்டோமே என்கிற துக்கத்தில் தொண்டையடைத்துப் போன தொழிலதிபர்கள் சிலர் செய்தியாளர்களின் கேள்விகளுக்கு சைகையால் பதில் சொன்னார்கள். இப்படி சாகாக்களுக்கும் சகாக்களுக்கும் தெரிவிக்காமல் இரும்பு ஆண்மணி ஏன் பதவி விலகினார், அதற்கு பிறகு எங்கே போனார் என்பது குறித்து ஆளாளுக்கு யூகத்தில் ஏதேதோ சொல்லிக்கொண்டிருந்த வேளையில் அவரே தனது டிவிட்டர் பக்கத்தில் வெளியிட்டிருந்த கடைசிச் செய்தி இதுதான்: பூலோகத்தில் இனி நான் பார்க்கக்கூடிய நாடோ நகரமோ எதுவுமில்லாத விரக்தியில் மேலோகம் செல்கிறேன். என்னை யாரும் தேட வேண்டாம்.

கடைசி வாக்கியத்திலிருந்த அவரது வேண்டுகோளை நிறைவேற்றியே தீர்வது என்பதில் லிபரல்பாளையத்து குடிமக்களாகிய நாங்கள் உறுதியாக இருக்கிறோம்.

*

இரும்பு ஆண்மணி வந்துகொண்டிருப்பதாக ஒற்றர்கள் மூலம் கிடைத்த செய்தி கேட்டு மேலோகத்தின் கதவு அவசரமாக அடைக்கப் பட்டது. எக்காரணம் கொண்டும் அவரை உள்ளே விடுவதில்லை என்பதில் மேலோகத்தவர்கள் உறுதியாயிருந்தார்கள். இரும்பு ஆண்மணி இங்கு வந்தும் தங்களை கொல்லக்கூடும் அல்லது ஏதேனும் தகிடுதத்தம் செய்து மேலோகப்பதவியை கைப்பற்றக்கூடும் என்கிற அச்சத்தில் அவர்கள் கதவடைத்தது சரிதான் என்றே நான் கருதுகிறேன். உங்கள் வீட்டுக்கு கதவிருக்கிறதா?

⊙

குஞ்சம் கட்டவா கொம்புகள்?

முன்னொரு காலத்தில் இயற்கையின் அழகும் வளமும் பொருந்தியிருந்த நாடு லிபரல்பாளையம். முப்புறமும் கடலிலும் நாற்புறமும் கடனிலும் மூழ்கிக்கொண்டிருப்பது போன்று தெரியும் இதன் தலைநகரம் கோமியங்கோட்டை. இங்கிருந்து தொடங்கும் தேசிய எட்டுவழி லேசர் சாலைகளில் ஒன்று நாட்டை தென்வடலாக பிளந்துச் சென்று தென்மாகாணத்தின் தலைநகரும் கடற்கரை நகரமுமான குமிஞ்சான்குப்பதில் நுழைகிறது. (குமிஞ்சான்குப்பம் என்பது இடைக்காலத்தில் வந்த காரணப்பெயர். புராதனத்தில் அதன் பெயர் என்னவென்று அறிந்தவர்கள் தலைக்கு விலைவைத்து கொல்லப்பட்டு விட்டனர்).

பின் அச்சாலை அங்கிருந்து நீண்டு தென் கிழக்கே 800 கல் தொலைவிலுள்ள மாட்டடிமங்கலத்தில் முடிகிறது. மாட்டின் பாதத்தை தொழுதால் மங்கலம் உண்டாகும் என்று இப் பெயருக்கு சொல்லப்படும் விளக்கம் திரிபானது என்பர் ஆய்வாளர்கள். ஆதியில் அது மாடடித்து உண்பதே மங்கலம் என்போர் வாழும் ஊர் என்றே பொருள்கொள்ளப்பட்டது என்பதும் அவர்தம் துணிபு. இவ்விரு தரப்பும் வெவ்வேறானவர்களா அல்லது மாட்டை உண்ணும் வழக்கத்தைக் கொண்டிருந்தவர்கள் அவ்வழக்கத்தை விடவேண்டிய நெருக்கடிக்கு ஆளானபோது இப்படியொரு விளக்கத்தை புனைந்து கொண்டார்களா என்கிற ஆய்வைப் பற்றி இங்கு விவாதிக்கத் தொடங்கினால் அடுத்தப் பத்திக்குப் போவது தாமதமாகிவிடும்.

மாட்டடிமங்கலத்தின் அண்டையில் பெருங்காடு ஒன்று அடர்ந்திருக்கிறது. வளர்ப்புப் பிராணிகளாக மாறிட ஒம்பாமல் இதுகாறும் சுதந்திரமாக வாழ்ந்துவரும் ‘மலைக்கொம்பன்’ என்கிற பூர்வ மாட்டினம் தலைவிலங்காய் இருந்து காக்கும் காடு இது. காடுறை உயிர்களையும் காடுபடு பொருட்களையும் கவர்ந்தெடுக்கும் துராசையில் இந்தக் காட்டிற்குள் நுழையும் மனிதர்களை வெட்சிப்பூ சூடிய மலைக்கொம்பன் மாடுகள் முட்டித் தள்ளியும் மூர்க்கமாய் தாக்கியும் கொம்புக்கு கொம்பு வீசியடித்துக் கொன்றும் விடுவதால் உயிராசை கொண்டவர்கள் இதனுள்ளே புக அஞ்சுவர்.

இந்தக் காட்டில்தான் தன்னையொத்த மாட்டினங்களின் ரகசிய மாநாட்டை மலைக்கொம்பன் வகையறா இன்றிரவு நடத்தவிருக்கிறது. மாநாட்டில் பங்கெடுக்க பல நாடுகளிலிருந்தும் மாடுகள் பொழுது மசங்கியதிலிருந்தே வரத் தொடங்கியிருந்தன. இவ்வளவு பெருங் கூட்டம் கால்நடையாக வந்தால் மனிதர்கள் சந்தேகப்பட்டு பிடித்து மாநாட்டை சீர்குலைத்துவிடுவார்கள் என்பதால் புராணகாலத்திற்குப் பிறகு பயன்படுத்தாமல் நினைவில் மறைத்து மடித்து வைத்திருந்த றெக்கைகளைக் கொண்டு மாடுகள் ஆகாய மார்க்கமாக வந்திறங்கின. மறைநிலவு நாள் என்பதால் மாடுகள் பறந்து வருவதை மனிதக்கண்கள் அறிந்திருக்கவில்லை. (தெற்காசிய நாடுகளில் ஒன்றான இந்தியாவின் தஞ்சாவூர் ஜில்லா காவிரிப்படுகை விவசாயத்தொழிலாளர்கள் நடத்திய அமாவாசைக் கூட்டங்களை முன்மாதிரியாகக் கொண்டு இம் மாநாடு நடக்கிறது. மறைநிலவு நாட்களின் நடுச்சாமம்வரை வயற் புறங்களில் தம் சங்கத்தைக் கூட்டி பிரச்னைகளையும் தீர்வுகளையும் போராட்டங்களையும் அவர்கள் இறுதிப்படுத்துவார்களாம்).

மாநாட்டு ஏற்பாடுகளை கவனித்துவந்த இளங்கிடாரிகளும் காளைகளும் மாட்டின் கண்களுக்கு மட்டுமே புலப்படும் மாய விளக்குகளால் காட்டினை ஜொலிக்கவைத்திருந்தன. நிறைநிலவு நாள் போன்ற பிரகாசம் காட்டின் பசிய நிறத்தில் புதிய வண்ணங்களைச் சேர்த்தது. செயற்கைத் தீவனங்கள், சுவரொட்டிகள், குப்பைத் தொட்டியில் வீசப்படும் மனித உணவின் மிச்சமீதிகள், கழனித்தண்ணி தவிர வேறெதையும் தீனியென்று அறியாது சீவனம் கழிப்பவை நகரத்து மாடுகள். இயற்கையான சூழலில் இங்கு பச்சைப்பசேலென வளர்ந்திருக்கும் புல்பூண்டுகளையும் தழைதாம்புகளையும் விளக்கொளியில் கண்டு அவை திகைத்துப்போயின.

திகட்டத்திகட்ட மேய்ந்துகொண்டே மாநாட்டுத்திடலுக்கு விரைந்த அம்மாடுகளின் மனதில், இவ்வளவு சுவையான தீவனங்கள் உள்ள காடுகளில் சுதந்திரமாக மேய்ந்தும், சிலுசிலுத்தோடும் ஆற்றுத் தண்ணியைக் குடித்தும் திளைத்திருப்பதை விட்டுவிட்டு நாம் ஏன் நகரத்து தொழுவங்களில் அடைபட்டுக் கிடக்கிறோம் என்கிற குமைச்சல் மூண்டிருந்தது. சகோதரப் பிரதிநிதிகளாக கலந்து கொள்ள வந்திருந்த எருமைகளும்கூட இப்படியாகத்தான் நினைத்து மருகிக் கொண்டன. காட்டின் வனப்பில் லயித்துப்போன நகரத்து இளங் கிடாரிகளும் காளைகளும் மீண்டும் நகரத்துக்குப் போகாமல் காட்டிலேயே நிரந்தரமாக வசிப்பது பற்றிய யோசனையில் மூழ்கின.

மாநாட்டை தொடங்கிவைத்து தலைக்கொம்பன் கூறிய நெடுமொழியின் முற்பகுதி மாடுகளின் பெருமைக்குரிய வரலாற்றை நினைவூட்டியது. பிற்பகுதியோ மாட்டினம் சந்திக்கும் இன்னல்களின் துயரச்சித்திரமாய் இருந்தது: "எந்தவொரு உயிரினத்தையும் போலவே சுதந்திரமாக பிறந்தவர்கள் நாம். ஆனால் இந்த மனிதர்கள் நம்மைப் பிடித்து வளர்ப்பு மிருகங்களாக்கிவிட்டார்கள். 17500 ஆண்டுகளுக்கு முந்தையதென கண்டறியப்பட்டுள்ள பிரான்ஸ் தேசத்தின் லஸ்காக்ஸ் குகை ஓவியங்களிலேயே நம் முன்னோர்கள் மனிதர்களுடன் இருப்பதைப் பார்த்தால் அதற்கும் முன்பாகவே நம்மை அவர்கள் வசக்கி அடிமைப்படுத்தியிருக்கிறார்கள் என்பதை அறியமுடிகிறது.

ஆரம்பகாலத்தில் அவர்கள் நம்மையும் விலங்குகளில் ஒன்றெனக் கருதி வேட்டையாடித் தின்றார்கள். அன்றைக்கு அவர்களுக்கு வேறு வழியில்லை. ஒரு கட்டத்தில் நம் கன்றுகளை பணயமாக பிடித்து வைத்துக்கொண்ட வேடுவர்கள் தேடிப்போன நம்மை உயிருடன் பிடித்தார்கள், தேவைப்படும்போது அடித்துத் தின்றார்கள். அதற்காகவே அவர்கள் பெரிய கருணைவான்களைப் போல சிலகாலம் மேய்ச்சல்காட்டி நம்மை உயிருடன் வைத்திருந்தார்கள். நமக்கு மேய்ச்சல்நிலம் தேடி நாடோடிகளாய் அலைந்து பெற்ற அனுபவத்தில் தான் மனிதர்கள் வேளாண்மையைக் கண்டுபிடித்தார்கள். அதற்காகவேனும் அவர்கள் நமக்கு நன்றியோடு நடந்திருக்கலாம். ஆனால் விசுவாசமற்ற அவர்களோ நுகத்தடியைக் கண்டுபிடித்து நம்மையே ஏரிலும் ஏற்றத்திலும் எடைகூடிய பார வண்டிகளிலும் சவாரிக்காகவும் பூட்டினார்கள். இந்த வேலைகளுக்கான நவீன உழவியந்திரங்களையும் வாகனங்களையும் அவர்கள் கண்டுபிடித்துக் கொண்ட போது நம்மை விடுவிப்பார்கள் என்று எதிர்பார்த்தோம். அவர்களோ கொலைக்கூடங்களை தொழிற்சாலைகளென நிறுவி நம் உடலை வெட்டி விற்கத் தொடங்கிவிட்டார்கள். வேடுவர்கள் தேவைக்கு ஒன்றிரண்டை கொன்று தின்றது போன்றதல்ல இது. நம் இருப்புக்கும் உயிருக்கும் கடும் பகையாகிப் போன மரணவியாபாரம்.

நம்மைக் கொல்வதுகூட ஒரு கணநேர வாதையாக முடிந்துபோகக் கூடியது. ஆனால் நாம் நம் கன்றுகளுக்கு சுரக்கும் பால் மீது என்றைக்கு அவர்களது கண் விழுந்ததோ அப்போதிருந்து நம்மை சாகடிப்பதை விடவும் கொடிய துன்பங்களுக்கு ஆளாக்கத் துணிந்தார்கள். நமது பாலை களவாடிக்கொண்டு நம் கன்றுகளை சவலையாக்கினார்கள். பிறகு கன்றுகளை விற்றுவிட்டோ கொன்றுவிட்டோ வைக்கோல்

கன்றைக் காட்டி நம்மை ஏமாற்றி மடி சுரக்கவைத்து கறந்தார்கள். உயிரைத் தவிர அனைத்தையும் பாலாகவே உறிஞ்சிவிடுகிற அவர்களது பேராசை இயந்திர நுட்பங்கொண்டு நம்மை ஒட்டக் கறக்கும் நிலைக்குச் சென்றுவிட்டது.

பால், தயிர், மோர், வெண்ணெய், நெய்யென்று அவர்கள் கொழுப்பதற்கான ஊட்டங்கள் அவ்வளவும் நம் உதிரமேயன்றி வேறில்லை. சரி, அம்மட்டில் பாலோடு நம்மை விட்டுவிட்டார்களா என்றால் அதுவுமில்லை. இன்று நம் உடல் அவர்களுக்கு லாபம் கொழிக்கும் பண்டம். கொம்பு முதல் குளம்பு வரை நம் உடம்பின் ஒவ்வொரு அங்குலமும் அவர்களுக்கான ஏதாவதொரு பொருளுக்கான கச்சாப்பொருள். நாம் போடும் சாணி பெய்யும் மூத்திரம் என்று எதையும் விடுவதில்லை, எல்லாவற்றையும் காசாக்க இப்போது நம் உடல் அவர்களுக்கு தேவைப்படுகிறது.

நம் உடல் நம்முடையது. அதை எதற்காக பயன்படுத்த வேண்டும் என்று தீர்மானிக்கும் உரிமை நமக்கே உண்டென்பதை மனதில் வையுங்கள். நம் இனம் எதிர்கொண்டுவரும் இன்னல்களை தயக்கமின்றி இங்கே தெரிவியுங்கள். அதற்கேற்ப நாம் நம்மை தற்காத்துக்கொள்ளும் உத்திகளையும் வகுப்போம்.''

தலைக்கொம்பன் நெடுமொழி கூறி அமர்ந்த பின் வெளிநாட்டுப் பிரதிநிதிகளும் சகோதர அமைப்பினரும் உரையாற்றும் அடுத்த அமர்வு தொடங்கியது. மாடுகளுக்கு இருக்கும் பிரச்னைகளில் பலவும் தங்களுக்கும் இருப்பதாக தெரிவித்த எருமைத்தலைவர், மனிதர்கள் எருமை என்பதை வசைச்சொல்லாக பயன்படுத்துவதை இம்மாநாடு கண்டிக்கவேண்டும் என்று கேட்டுக்கொண்டது. அத்துடன், கறி ஏற்றுமதிக்காக தாங்களும் பெருமளவில் கொல்லப்படுவதாகவும், ஆனால் மாட்டுக்கறி என்று பெயர் மாற்றி விற்கப்படுவதால் இக்கொலைகள் வெளியே தெரியாமல் மூடிமறைக்கப்படுவதாகவும் வேதனை தெரிவித்தது.

எருமைக்குப் பிறகு பேசவந்த ஆடு, ''வரலாற்றுக்காலம் தொட்டு இன்றுவரையிலும் 'ஆடுமாடு போல' என்று நம்மிரு இனத்தையும் ஒன்றோடொன்று சேர்த்தே சொல்லும் வழக்கம் உள்ளது. அந்தளவுக்கு நாம் ஒன்று கலந்திருக்கிறோம். ஆட்டுக்கும் மாட்டுக்கும் எருமைக்கும் உருவம்தான் வேறுபடுகிறதேயன்றி கறியின் சுவையும் குணமும் ஒன்றே தான். அதனால்தான் அவர்களே ஒன்றோடொன்று கலந்து

விற்கிறார்கள். அதேவேளையில் இந்த மனிதர்கள் எங்கள் கறிக்கும் உங்கள் கறிக்குமிடையே செயற்கையான தரம், சுவை, புனிதம் என்று பாகுபாட்டையும் கற்பித்து வருகிறார்கள்.

மனிதர்கள் தோன்றுவதற்கு வெகுகாலத்திற்கு முன்பே தோன்றியதல்லவா ஆட்டினம்? எத்தனையோ ஆயிரம் ஆண்டுகளாக சுயேச்சையாக மேய்ந்து வளர்ந்து வருகிறோம். மனிதக்குழந்தையைப் போல மடியில் கிடத்தி தாலாட்டி மார்விலக்கி பால்புகட்டும் நிலை நம் இனங்களில் இல்லைதானே? ஈன்ற குட்டி சற்றுநேரத்தில் எழுந்து நின்று தன் உணவைத் தானே தேடி மடிமுட்டுகிறதல்லவா? ஆடு சினையாவது எஜமானனுக்காக அல்ல என்கிற பழமொழி எங்களது சுயேச்சைத்தன்மையைத்தான் குறிக்கிறது என்பதை அறிந்த பலர் இந்தச் சபையிலே இருக்கிறீர்கள். ஆனால், மேய்ப்பர்கள் இல்லாவிட்டால் எங்களுக்கு மேயவே தெரியாது என்பதுபோல இந்த மனிதர்கள் பீற்றிக் கொள்கிறார்கள்.

குழிபறிக்கிற துரோகம் செய்கிற சுபாவமுள்ள மனிதர்களை கருப்பு ஆடு என்று விளிப்பதை ஏற்க முடியாது. அருவருப்பான இக்குணங்களை அறியாதவை ஆடுகள். நாங்கள் ஒற்றுமையாகவும் கட்டுக்கோப்பாகவும் இருப்பதை 'மந்தைத்தனம்' என்று கேலி பேசுகிறார்கள். ஆட்டுக்கு வால் அளந்துதான் இருக்கிறது என்று இயற்கைப் பரிணாமத்தில் வந்த எங்கள் வாலை இளக்காரம் செய்வதற்கு இவர்கள் யார்? ஆடு கசாப்புக்கடைக்காரனைத்தான் நம்பும் என்று நம் பகுத்தறிவையும்கூட கேலி பேசுகிறார்கள். நம்மைப் பொருத்தவரை எல்லா மனிதர்களுமே கசாப்புக்கடைக்காரர்கள் தானே? உயிர்களின் மீதுள்ள கருணையினால் நாங்கள் கறி தின்பதில்லை என்று இவர்களில் சிலர் பீற்றக் கூடும். அவர்கள் சகமனிதர்களிடத்தில் நடந்துகொள்வதைப் பாருங்கள், அருவருப்பாக இருக்கும், குரூபிகள்.

நம் அண்டைநாட்டில் காந்தி என்பவர் ஒருநாள் ஆட்டுக்கறி தின்றாராம். அன்றிரவு அவர் வயிற்றுக்குள் அந்த ஆடு கத்தியதாம். அதற்குப் பிறகு அவர் மாமிசம் சாப்பிடுவதையே நிறுத்திவிட்டாராம். இப்படியொரு கதை அங்கு நீண்டநாளாக சொல்லப்படுகிறது. அதே காந்தி ஆயுள் முழுக்க ஆட்டுப்பால் பருகினார். அது ஆட்டின் ரத்தம் தானே? அதற்காகவெல்லாம் அவர் வயிற்றில் ஆடு கத்தாதா? அவரது தர்க்கத்தின்படியே பார்த்தால், இன்றைக்கு மட்டன் தின்பவன் வயிற்றில் ஆடு மாடு எருமை மூன்றுமல்லவா கத்த வேண்டும்?

உண்டதெல்லாம் உயிர்த்தெழுந்து கத்துமென்றால், தாவரங்களுக்கும் உயிர் உண்டெனும் உண்மையை ஒப்புக் கொண்டோமானால், அன்றிரவு அவர் சாப்பிட்ட காய், கிழங்கு, அரிசி, பருப்பு அத்தனையுமல்லவா அதனதன் பாணியில் கத்தியிருக்க வேண்டும்? ஆனால் ஆட்டின் மீது மட்டும் ஏன் இப்படியொரு அபாண்டம்?

மன்னிக்கணும், ஏதேதோ பேசவேண்டும் என்று நினைத்திருந்தேன். ஆனால் ஆதங்கங்கள் முந்திக்கொண்டன. வாய்ப்பளித்தமைக்கு நன்றி.

ஆட்டைத் தொடர்ந்து மற்ற பிரதிநிதிகள் பேசுவதற்கு முன்பாக ஈழமாடு ஒன்று மாநாட்டுத் தலைமைக்குழுவுக்கு மின்னஞ்சல் மூலமாக அனுப்பி வைத்திருந்த கடிதம் வாசிப்பதற்கு எடுத்துக் கொள்ளப் பட்டது. எனக்கு பூர்வீகம் இலங்கையின் வடமாகாணம். நான் சொல்லப்போகும் நிலைதான் கிழக்கிலும். எங்கள் நாட்டில் முப்பதாண்டுகளாக நடந்த உள்நாட்டுப்போர்- அதன் கொடுமைகள்- மனிதவுரிமை மீறல்கள் இதெல்லாம் ஐ.நா.சபை வரை பேசப்படுகிற விசயங்கள்தான். ஆனால் மனிதர்களுக்குள்தான் போரென்றாலும் மாடுகளும் பாதிக்கப்பட்டுள்ளன, மாட்டுரிமை பறிபோயுள்ளது என்று பேசத்தான் ஆளில்லை.

தத்தமது உயிரைக் காப்பாற்றிக் கொள்ள ஊர்விட்டு ஊர், காடு விட்டு காடு, நாடுவிட்டு நாடு என்று அலைந்த நிலை முற்றி ஒரு பதுங்குக்குழியிலிருந்து இன்னொரு பதுங்குக்குழிக்கு மனிதர்களே ஓட வேண்டிய நிலை வந்தபோது அவர்கள் எங்களை எப்படி அங்கெல்லாம் அழைத்துப்போவார்கள்? காயம்பட்ட, நோயுற்ற சொந்தபந்தங்களையே உடனழைத்துப் போகமுடியாமல் அங்கங்கு அப்படியப்படியே விட்டுவிட்டு ஓடும்படியாக துரத்தப்பட்ட அவர்கள் எங்களையும் அவ்வாறே விட்டோடினர். கட்டாந்தரையிலிருந்து அவிழ்த்துவிடவும்கூட அவகாசமில்லை அவர்களுக்கு. கட்டியிருந்த முளைக்குச்சியையே சுற்றிச்சுற்றி சோர்ந்து அன்னந்தண்ணியின்றி செத்த நம் சொந்தங்கள் ஒன்றா இரண்டா?

அவிழ்த்துவிடப்பட்டிருந்த என்னைப் போன்ற மாடுகளுக்கு வேறு வகையான பிரச்னை. அந்தக் கணத்தில் நாங்கள் சுதந்திரமானவர்கள் என்கிற சந்தோஷம் இருந்தாலும் அதை உணரமுடியாமல் போனது. பல தலைமுறைகளாக மனிதர்களை அண்டியே வாழ்ந்துவிட்ட படியால் எதெது எங்கெங்கு இருக்கும் என்று தெரியாமல் தீவனத்துக்கும் தண்ணிக்கும் அல்லாடிப் போனோம்.

வீசப்படும் குண்டுக்கு மனிதனென்று தெரியுமா மாடென்றுதான் தெரியுமா? குண்டடி பட்டும், பயிர்பச்சை தேடி அலையும்போது கண்ணி வெடியில் சிக்கியும் சிதறிச் செத்த மாடுகள் அநேகம். எஞ்சிய நாங்கள் அங்குமிங்குமாக கால்போன போக்கில் அலைந்தோம். கன்றுகளைப் பிரிந்த ஏக்கத்திலிருந்த கறவைகள் மடி சுரந்து காம்பு புடைத்து பீறிடும் பாலை பீச்சியபடி எங்களோடு நடந்தன. எங்கும் கந்தக நெடி, பிணங்கள் அழுகும் வாடை. யாரோ குறுகுறுவென நம்மைக் கண்காணிக்கிறார்கள் என்கிற அச்சம். தப்பித்தால் போதுமென அண்டை அயல் காடுகளுக்குள் நுழைந்தோம்.

காடுகளுக்குள் நுழைந்ததுமே பல தலைமுறைகளுக்குப் பிறகு நமது பூர்வீகத்திற்கு திரும்பிவிட்டது போன்ற ஓர் உணர்வும், பூர்வீகம் என்றாலும் அன்னியப்பட்டுப் போய்விட்டோமே என்கிற தவிப்புமாக அலைக்கழிந்த மனம் ஒரு நிலைக்கு வருவதற்கு நாளெடுத்தது. விரும்பியதை மேய்ந்து விரும்பிய இணையுடன் கூடி மனிதத்தளையற்ற சுதந்திரக்கன்றுகளை ஈனப்போகும் காலம் அண்மித்துக் கொண்டிருப்பதாக எங்களுக்குள் அரும்பிய சந்தோஷம் அற்பத்தில் முடிந்தது.

போராளிகளைத் தேடுவதாக காடுகளுக்குள் வந்த அரசப் படையினர் எங்களையும் கொன்று தின்றார்கள். போர் நிறுத்தத்திற்குப் பிறகு ஏ9 பாதையோரம் நெடுக அமைக்கப்பட்டிருந்த முகாம்களின் ராணுவத்தினர் நினைத்த போதெல்லாம் எங்களை வேட்டையாடி வருகின்றனர். மறுகுடியமர்வுக்கு மக்களே அல்லாடும்போது அவர்களுக்கொரு சுமையாக அங்கு போகவும் விருப்பமில்லை. காடுகளிலேயே இருந்துவிடலாமென்றால் அதுவும் எங்களுக்கு பாதுகாப்பாக இல்லை என்கிற நிலையில் நாங்கள் என்ன செய்ய வேண்டும் என்பதற்கு இந்த மாநாடு வழிகாட்ட வேண்டுமெனக் கேட்டு முடிக்கிறேன்.

தொடர் உரைகளின் கனதியால் ஏற்பட்ட மனஇறுக்கம் தளர்த்த 'குஞ்சம் கட்டவா கொம்புகள்?' என்கிற கலைநிகழ்ச்சி நடந்தது. உடம்பிலேயே இவ்வளவு வலிய ஆயுதத்தை வைத்துக்கொண்டு மாடுகள் பணிந்து கிடப்பது அவமானம் என்கிற பொருளிலான அந்நிகழ்ச்சியைத் தொடர்ந்து சமீபத்தில் உருவான புதிய நாடொன்றிலிருந்து வந்தள்ள பிரதிநிதியின் உரை தொடங்கியது.

அனைவருக்கும் வணக்கம். மாட்டினத்தின் எதிர்காலத்தை

ஆதவன் தீட்சண்யா | 83

மாற்றியமைக்கும் நன்னோக்கில் கூடியுள்ள இம்மாநாட்டில் பங்கெடுப்பதை வாழ்நாளின் பேறென நினைக்கிறேன். எங்கள் நாட்டில் நம்மினம் இன்று சந்தித்துவரும் இன்னல்களின் தோற்று வாயை புரியவைப்பதற்காக நான் வரலாற்றின் சில பக்கங்களையாவது புரட்டிக்காட்ட நீங்கள் என்னை அனுமதிக்க வேண்டும்.

எங்கள் நாட்டின் இம்மாதப் பெயர் சௌகிதார்புரி. பெயர்தான் புதிதேயொழிய நாடு தொன்மையானது. நாட்டின் வடமேற்கே அகழாய்வில் கண்டறியப்பட்ட நகரம் நாலாயிரம் வருடங்களுக்கு முந்தையது. அங்கு மாட்டின் உருவம் பொறிக்கப்பட்ட தொல்லியல் எச்சங்கள் கிடைக்கின்றன. அவ்வளவு மகிமையோடு நம் முன்னோர்கள் வாழ்ந்துவந்த அந்தத் தொல்பழங்காலத்தில் தான் அஸ்வதர்கள் என்போர் எங்கள் நாட்டுக்குள் நாடோடிகளாய் நுழைந்திருக்கிறார்கள். இவர்கள் மாடுகளை தாயாகப் போற்றி வழிபடக்கூடியவர்கள். இதைச் சொன்னதுமே அவர்கள் நம்மினத்தை செழித்து வாழ்வித்திருப்பார்கள் என்று நீங்கள் நினைக்கக்கூடும். அவசரப்படாதீர்கள், மனிதர்களுக்கு எப்படி நாம் தாயாக முடியும்? நமது பால், அதிலிருந்து பெறப்படும் தயிர், மோர், வெண்ணெய், நெய், கறி ஆகியவற்றின் ருசியும் சத்தும் அவர்கள் நமக்கு அவ்வளவு பெரிய இடத்தைக் கொடுக்க காரணமாயிருந்தன. யார் யாருக்கு எந்தப் பருவத்திலான மாட்டை அறுத்து எப்படி விருந்துவைக்க வேண்டும் என்று விவரிக்கும் பாடங்கள் பாடல்வடிவில் அவர்களிடமுண்டு. ஆனால் மாடு வளர்ப்புப்பற்றி மயிரளவுகூட அவர்களுக்குத் தெரியாது.

அஸ்வதர்கள் தங்களது இஷ்ட தெய்வங்களிடமிருந்து வேண்டியதைப் பெறவும் சாந்தப்படுத்தவும் யாகம் நடத்துபவர்கள், நடத்திக்கொடுக்கும் புரோகிதர்கள். அதாவது தீக்குண்டம் மூட்டி அதிலே தங்களுக்கு இஷ்டமானவற்றை அவிப்பொருளாக பலியிடக் கூடியவர்கள். தொடக்கத்தில் இது நரபலியாகத்தான் இருந்திருக்கிறது. ஆனால் பிள்ளைகளை பலியிட விரும்பாத பெற்றோர்களிடம் பிள்ளைக்கு ஈடாக பசுக்களையும் காளைகளையும் பலிபொருளாகப் பெற்றிருக்கிறார்கள். யாகத்தில் இடப்பட்ட அவிப்பொருள் என்ற வகையில் மாடு புனிதமாயிற்று, ஆகவே அதை உண்பதும் புனிதச் செயலானது.

கோரிக்கையின் தன்மைக்கேற்ப யாகத்தில் பலியிடப்படும் பசுக்கள் காளைகளின் எண்ணிக்கை மாறுபட்டது. ஒரே நேரத்தில் ஆயிரம்

மாடுகளை அவிப்பொருளாக பொசுக்கும் யாகங்களும் உண்டு என்பதிலிருந்து, நம்மை தாயாக துதித்துக்கொண்டே அவர்கள் எவ்வளவு வேகமாக நம்மை அழித்து வந்தார்கள் என்பதை உங்களால் புரிந்துகொள்ள முடிகிறதுதானே? இந்தியாவில் ரந்திதேவர் என்பவரின் சமையலறையில் ஒவ்வொரு நாளும் 2000 பசுக்கள் வெந்து கொண்டிருந்தன என்று சொல்லப்பட்டதற்கு இணையாக எங்கள் நாட்டிலும் நம்மினம் வெந்தது. மாடுகள் மட்டுமல்லாது, குதிரைகள், காட்டுப்பன்றி, மயில் உட்பட 800 வகையான விலங்குகளும் பறவைகளும் கூட அவர்களது யாகத்திற்கும் கறிவெறிக்கும் பலியாக வேண்டியிருந்தது. அதுமட்டுமா, இறந்த மனிதன் சொர்க்கத்துக்குச் சவாரி செய்யத் தோதாக அவனுடன் ஒரு காளைமாட்டை எரிக்கும் வழக்கமும் அஸ்வதர்களுக்கு இருந்தது.

இந்தியாவில் புத்தம் போதித்த கொல்லாமை எங்கள் நாட்டிற்குள்ளும் பரவாமல் இருந்திருந்தால் எங்களில் ஒரு கன்றுகாலி கூட மிச்சமின்றி அவ்வளவையும் அஸ்வதர்கள் பொசுக்கித் தின்றிருப்பார்கள். யாகங்களுக்கும் உயிர்ப்பலிக்கும் எதிராக வீசிய புத்த அலையில் தாக்குப்பிடித்து நின்றாக வேண்டிய நெருக்கடியில் இந்த அஸ்வதர்களும் கறி தின்பதை நிறுத்த வேண்டியாயிற்று. இல்லாது போனால் வளங்களையும் அதிகாரத்தையும் தரவல்ல புரோகிதத் தொழிலில் தம்மால் நீடிக்கமுடியாமல் போய்விடும் என்கிற அச்சம் இந்த முடிவுக்கு அவர்களை நெட்டித்தள்ளியது. ஆனாலும் கறியை இழந்தது போல பாலையும் இழந்துவிடக்கூடாது என்கிற பரிதவிப்பு கூடியது அவர்களுக்கு. எனவே மாட்டை தாயாகப் போற்றும் தங்களது முந்தைய நம்பிக்கையுடன் மாட்டுக்கறியைத் தின்பது பாவம், மாட்டுக்கறியைத் தின்பது தாயையும் தமக்கையையும் புணர்வதற்குச் சமம் என்பதையும் சேர்த்தார்கள். (தங்களால் தின்னமுடியாத மாட்டுக் கறியை வேறெவரும் தின்னக்கூடாது என்கிற ஆழ்மனக் குரூரத்திலிருந்து இவ்வாறு யோசித்தார்களா என்பது தனி விசயம்).

இந்தப் பிரச்சாரம் அஸ்வதர்களுக்கு சில கூட்டாளிகளைப் பெற்றுத் தந்தது. அஸ்வதர்களைப் போலாகும் ஆசைகொண்ட அவர்கள் யாரென்றால், இரண்டாயிரம் வருடங்களுக்கு முன்பிருந்து சமீபகாலம் வரை ஆநிரை கவர்தல் என்கிற பெயரில் கொழுத்த மாடுகளைத் திருடி பங்கிட்டுத் தின்பதையே தொழிலாகக் கொண்டவர்களின் வாரீசுகள். சில நேரங்களில் கள்ளுக்கு நம்மை விலையாகத் தந்து குடித்தவர்களின் கொடிக்காலில் வந்தவர்கள். அஸ்வதர்களும் இவர்களுமாகச் சேர்ந்து

வரலாறு நெடுக நமது மாட்டினத்திற்கும் மாட்டின் பெயரால் மக்களுக்கும் இழைத்துவரும் கொடிய குற்றங்களை நீங்கள் அறிவது அவசியம்.

செத்துப்போன பிறகு நம் உடலை யார் என்ன செய்தால் நமக்கென்ன? ஆனாலும் செத்த மாடுகளை நாயோ நரியோ இழுத்துப் போய் குதறிப் போடுவதைக் காட்டிலும் அவை மனிதர்களுக்கு உணவாகவும் வேறுபல பொருட்களாகவும் மாறுவது நல்லதெனக் கருதுகிறேன். புத்தர்கூட அப்படித்தான் சொன்னார். உன் தேவைக்காக எதையும் கொல்லாதே, தானாக இறப்பதை உண்பது தவறில்லை என்று. அப்படி நம்மை உண்பவர்களை செத்த மாட்டுக்கறி தின்பவர்கள் என்று இந்த அஸ்வதர் கும்பல் ஏளனம் செய்கிறது. (ஆடு கோழி மீன் சாப்பிடுகிறவர்களும்கூட அவற்றை துள்ளத்துடிக்க உயிரோடு கடித்துத் தின்பதில்லை தானே?).

கறிக்காக, தோலுக்காக மாட்டைக் கொன்றுவிட்டதாக பொய்யான குற்றம் சாட்டி இவர்கள் தங்களுக்கு வேண்டாதவர்களை கல்லெறிந்து கொல்கின்றனர், கலவரங்களை மூட்டுகின்றனர். நாட்டின் பெயரையே இனி லின்ச்சிஸ்தான் என்று நிரந்தரமாக மாற்றிவிடுமளவுக்கு கல்லால் அடித்துக் கொல்லும் கொடூரம் அதிகரித்து வருகிறது. எங்களது தாயான மாட்டைப் பாதுகாக்க எத்தனை கொலைகளையும் செய்வோம் என்கிறார்கள். இது போலியான கூச்சல். தலைமையுரையில் சொன்னது போல இவர்கள் பெரிய தொழிற்சாலைகளில் அன்றாடம் நம்மை வெட்டி ஆயிரக்கணக்கான டன்களில் ஏற்றுமதி செய்கிறார்கள்.

ஏதேனும் ஆபத்தென்றால் கொம்புகளையும் குளம்புகளையும் பயன் படுத்தி நம்மைநாமே பாதுகாத்துக் கொள்ளும் வலிமை நமக்கிருக்கிறது. ஆனால், இவர்கள் வலியவந்து நமக்கு பாதுகாப்பு தருவதாக சொல்லிக் கொண்டு நம்மை கோவாலயா என்கிற கொட்டடிகளில் அடைத்து வைத்திருக்கிறார்கள். அங்கு அடைபட்டிருக்கும் நம்மினத்தவர் போதுமான தீவனமும் சுகாதரமான சூழலும் மருந்துகளுமின்றி அன்றாடம் செத்துக்கொண்டிருக்கும் அவலம்.

அடைபட்டுக் கிடக்க முரண்டு பிடிக்கும் மாடுகளுக்கு பாதரசம் கலந்த தீவனத்தைக் கொடுத்து மெதுமெதுவே சாகும்படி விடுகிறார்கள். இவர்களது மறைநூல் இவர்களுக்கு வேண்டுமானால் ஓஸ்தியாக இருக்கலாம். அதை நம் காதுகளில் ஓதி ஏன் தொந்தரவு செய்யவேண்டும்? மனிதர்களுக்கு ஓதுக்கியிருப்பது போலவே

மாடுகளுக்கும் தேசிய அடையாள எண் ஒதுக்கி காதுகளில் சூட்டுக்கம்பியால் பொறிக்கும் கொடுமை உங்கள் நாடுகளில் உண்டா? நம் பசுக்கள் சுதந்திரமாக மூத்திரம் பெய்வதற்குக்கூட இவர்கள் அனுமதிப்பதில்லை. மருத்துவக் குணமிருக்கிறது மந்திரச் சக்தியிருக்கிறது என்று சொல்லிக்கொண்டு குறியிலேயே வாய்வைத்து உறிஞ்சிக் குடிக்கிறார்கள்.

தங்களது ஆதாயத்திற்காக இவ்வளவு கொடுமைகளையும் நமக்கிழைத்து வரும் அஸ்வதர்கள் இப்போது நம் இனவிருத்தியையும் பாலுறவுச் சுதந்திரத்தையும் கட்டுப்படுத்தும் முயற்சியில் மும்முரமாக இறங்கியுள்ளனர். பாலுறவு வேட்கையும் கூடலின் இன்பமும் எந்தவொரு உயிரினத்தைப் போலவே நமக்கும் இருப்பதுதானே இயற்கையின் படைப்பு? ஆனால் இவர்கள் அதிலே தலையிட்டு காளையும் பசுவும் கூடுவதையே தடுக்கின்றனர்.

விந்தணுக்களை செயற்கை முறையில் செலுத்தி கன்றுகளை ஈன வைக்கிறார்கள். இப்போது அந்த விந்தணுவிலும் கைவைக்கிறார்கள். விந்திலிருக்கும் காளைக்கன்றை பிறப்பிக்கும் அணுக்களை நீக்கிவிட்டு பசுக்கன்றை மட்டுமே பிறப்பிக்கும் “பாலியல் ரீதியாகப் பிரிக்கப்பட்ட விந்தணுக்களை” உட்செலுத்தும் வக்கிரமான ஒரு சீரழிவு நுட்பத்தை இந்தியாவைப் பார்த்து எங்கள் நாட்டிலும் தொடங்கியிருக்கிறார்கள். பால் தேவைக்காக பசுக்களை மட்டுமே பிறப்பிக்க வைக்கும் இவர்களது பேராசையால் பெருமைமிக்க நமது காளையினமே அழியும் ஆபத்து உருவாகியுள்ளது. இந்த அஸ்வதர்கள் தாய் என்று நம்மைக் கொண்டாடுவது உண்மையானால் ஏன் தந்தையராகிய காளைகளைக் கொல்ல வேண்டும்? இவர்களுக்கு காளைகளின் உழைப்பு இப்போது தேவைப்படுவதில்லை என்பதால் காளைகள் நம் பசுக்களுக்கும் தேவைப்படாமல் ஆகிவிடுமா?

நான் இதுவரை உங்களுக்குச் சொன்னதைவிடவும் களநிலைமை கடுமையாக இருக்கிறது என்பதை மனதிற்கொண்டு, இந்த அஸ்வதர்களின் பிடியிலிருந்து நம்மினத்தை மீட்பதற்கு நாங்கள் அங்கு என்ன செய்ய வேண்டுமென்பதற்கான வழிகாட்டுதலை இந்த மாநாடு தெரிவிக்குமாறு கேட்டுக்கொள்கிறேன்.

***

காட்டை விட்டுக் கிளம்ப மனமின்றி மாடுகள் றெக்கை விரித்து தத்தமது தொழுவங்களுக்குத் திரும்பின. மாநாட்டின் முடிவுகளை

சோதித்துப்பார்க்கும் மாதிரிக்களமாக சௌகிதார்புரி தெரிவு செய்யப்பட்டது.

***

சௌகிதார்புரி ஆட்களின் அன்றாடமானது கமகமக்கும் காபியுடன் தான் தொடங்கியிருக்கிறது இதுகாறும். எத்தியோப்பியர்களால் குடித்தறியப்பட்ட காபி என்கிற அந்த பானம் ஓர் இஸ்லாமிய ஞானியின் வழியாக, கண்டங்கள் கடந்து சௌகிதார்புரிக்கு வந்து சேர்ந்து இரண்டு நூற்றாண்டுகளுக்கும் மேலாகிறது. அப்போதிருந்து தொடரும் இப்பழக்கம் இன்றோடு ஒரு முடிவுக்கு வரப்போகிறது என்று அந்த அதிகாலையில் ஒருவரும் அறிந்திருக்கவில்லை.

சௌகிதார்புரியின் தலைநகரத்தில் மேட்டுக்குடிகளுக்குரிய கைபராண்டிகள் தெருவில் வசிக்கும் சோமதாஸர் வழக்கம்போல் அன்றைக்கும் நாலுமணிக்கு எழுந்துவிட்டிருந்தார். மணக்கமணக்க டிகாக்ஸன் இறக்கிவிட்டு, அடுப்பிலேற்றிய பால் காய ஆரம்பித்த சற்றைக்கெல்லாம் அதிலிருந்து கிளம்பிய ரத்தக்கவுல் வீச்சம் எங்கும் பரவியது. ஆனால் அந்த வீச்சம் பாலிலிருந்துதான் வருகிறது என்பதை முதலில் அவர் உணரவில்லை.

முதற்கொதி வந்தபோது பாலின் வெண்ணிறமும் சடீரென செந்நிறமாக மாறத் தொடங்கியதும்தான் ஏதோ விபரீதம் என்று உறைத்திருக்கிறது அவருக்கு. பதறிப்போய் பாலை எடுத்து கழுவு தொட்டியில் ஊற்றிவிட்டு தண்ணீரை திறந்து விட்டிருக்கிறார். சோப்பு, பவுடர், வாசனாதி திரவம் என்று ஏதேதோ போட்டு கழுவியும் கூட அந்தப் பாத்திரத்திலிருந்து வீச்சம் வீடு முழுதும் பரவிக் கொண்டிருந்தது. ஆழ்ந்த தூக்கத்திலிருந்த அவரது மனைவி போலன் தேவியும் மகன் வந்தேறிச்செல்வனும் மூச்சுத்திணறலாகி செருமிக் கொண்டே எழுந்து அடுப்படிக்கு ஓடிவந்தனர். கொடூரமான விபத்து அல்லது கலவரம் ஒன்றை விவரிக்கும் தொனியில் அவர்களுக்கு விசயத்தை சொல்லிமுடிப்பதற்குள் அவருக்கு தொண்டை கமறியது.

‘என்னதான் நாள் தள்ளிய பழைய பால் பாக்கெட்டாவே இருந்தாலும் அதுக்காக இப்படியா ரத்தவாடை வீசும்? பால்னாலே வெள்ளைதான், ஆனா நிறமும் எப்படி மாறும்? என்று புலம்பியபடி வீட்டுக்கு வெளியே புதுக்காற்று பிடிக்க ஓடிவந்தார்கள் மூவரும். இதே குழப்பத்தோடு தெரு முழுக்க நிறைந்திருந்தது சனம்.

அவசரத்திலும் அச்சத்திலும் அடுப்பை அணைக்காமல் யாரோ வெளியே ஓடிவந்துவிட்டார்கள் போல, கருகும் ரத்தத்தின் வாடை தெருவுக்கும் பரவிக்கொண்டிருந்தது. அந்த வாடையின் கடுமை தாளாமல் போலன்பாபு குமட்டி குமட்டி வாந்தியெடுக்கத் தொடங்கினார். குடலே வெளியே வந்து விழுமளவுக்கு ஓங்கரித்து சற்றைக்கெல்லாம் அவரைப் போலவே கைபராண்டிகள் தெருவின் சனங்களில் பலரும் வாந்தியெடுக்கத் தொடங்கினர். அந்தத் தெருவில் மட்டுமல்ல, நாடு முழுவதிலுமே மக்கள் இப்படி தெருவில் திரண்டு வாந்தியெடுத்துக் கொண்டிருக்கிறார்கள் என்பது அடுத்த சில நிமிடங்களில் தொலைக்காட்சிகள் வெளியிட்ட பிரேக்கிங் நியூஸ் மூலமாக தெரிய வந்தது.

காபி குடிக்காவிட்டால் ஒரு வேலையும் ஓடாது என்ற முணகத் தொடங்கினாள் போலன்செல்வி. எனக்கும்தான் என்றாள் பக்கத்து வீட்டு வேதக்குமாரி. அந்த 'ஒரு வேலையும்' என்பதன் பொருள் அவர்கள் இன்னும் காலைக்கடன் கழிக்கவில்லை என்பதாகும். இப்போதைக்கு அப்படியே வயிறு இறுகிக் கிடக்கட்டும், அந்த ரத்த நாற்றம் பிடித்த வூட்டுக்குள்ள எப்படி போறது என்றான் வந்தேறிச்செல்வன். வீட்டுக்குள்ள போகலன்னா தெருவும் நாறிடும்டா அம்பி என்று அவனது வாயடைத்தாள் பஞ்சகவ்யாள்.

வீடுகளில் காயவைத்தப் பால் ரத்தமாக மாறியதென்றால், பால் பண்ணைகளிலும் பூத்துகளிலும் சேமிப்புக்கலங்களில் வைத்திருந்த பால் ஒரு சொட்டும் மிஞ்சாமல் கறந்த பசுக்களின் மடிக்கே திரும்பியது. கன்று குடித்தப் பின்னும் புடைத்தேயிருந்த காம்புகளில் பீறிட்ட பாலை வாய்வைத்து உறிஞ்சிக் குடித்தன பசித்தக் குழந்தைகள். கறப்பதற்கு வந்தவர்களையோ அண்டவிடாமல் துரத்தின மாடுகள்.

சௌகிதார்புரியின் அஸ்வதர்கள் இப்போது பன்றியைத் தாயென வணங்குகிறார்கள். பன்றிப்பால் காபி பேஷ் பேஷ் என்கிறார்கள்.

அடுத்த கதை...?

உங்களில் ஒருவரும் அறிந்திராத ஜக்லால் என்கிற இளந் தொழிலாளியை நானறிவேன். அறிவேன் என்றால் ஆதியோடந்தமாக அல்ல, முதலும் கடைசியுமாக ஒருமுறை பார்த்தது தான். அப்போதிருந்தே அவன் எனக்குள் தீராத தொந்தரவாகி எழுதத் தகுந்த கருப்பொருளாக உருப்பெற்று வந்திருக்கிறான். என்றாலும் அப்படி எழுதுவற்கு அவனைப் இன்னும் மேலதமாய் அறிய வேண்டியிருந்தது. ஆனால் அது அப்படியொன்றும் எளிதெனத் தெரியவில்லை.

அவனோடு ஒன்றாக வேலை பார்த்து, ஒரே ஷெட்டிலும் பின்பொரு லைன்வீட்டிலும் தங்கியிருந்த தொழிலாளர்கள் சிலர் இருப்பதாக தெரியவந்ததும் அவர்களிடம் விசாரிக்கப் போயிருந்தேன். பொதுவாக போலிஸோ, இதற்கு முன்பு வேலை பார்த்த கம்பனிக் காரர்களோ தான் ஏதாவது புகாரின் பேரில் இப்படி பையன்களை தேடிவருவார்களாம். அவர்கள் எல்லோரையும் நடுங்க வைத்த அச்சத்தின் கூட்டுக்குரல் போல ஒருவன் "ஏதும் பிரச்னையா சார்" என்றான். "அதெல்லாமில்லை, இந்த ஐ.டி.கார்டு வழியில கிடைச்சது. யாருதுன்னு விசாரித்து கொடுத்துட்டுப்போகலாம்னு..."

"டைனமிக் மேன்பவர் சப்ளையர்ஸ்" என்கிற வேலையாள் ஒப்பந்த நிறுவனத்தின் முத்திரை பொறித்த அடையாள அட்டை அது. அதிலிருந்த ஆணின் புகைப்படத்தை உற்றுப்பார்த்த அவர்களில் சிலர் இப்படி ஒருவனை பார்த்ததாகவே நினைவில்லை என்றார்கள். ஆனால் அதில் குறிப்பிடப்பட்டிருந்த ஜக்லால் என்கிற பெயரில் ஒருவன் முன்பு எப்போதோ இங்கு தங்கியிருந்ததாகவும், ஜக்லால் என்று தன்னை யார் அழைத்தாலும் வேறு யாரையோ விளிப்பதாக மலங்க மலங்க வேடிக்கைப் பார்த்தபடி கடப்பான் என்றும் தாங்கள் கேள்விப்பட்டதை நினைவுகூர்ந்தார்கள். "ஏன், அவன் பேர் ஜக்லால் தானே" என்றேன். "இருக்காது" என்றான் ஒரு தொழிலாளி.

பொதுவாகவே எந்த ஒப்பந்ததாரனும் வேலையாட்களின் உண்மையான பெயரை அதிகாரப்பூர்வ பதிவேடுகளில் பதிய விடுவதில்லை. வேலை நிரந்தரமோ பணியிட அசம்பாவிதங்களில் பாதிப்புக்குள்ளாகிற போது நஷ்டஈடோ கேட்டு யாரும் சட்டச்சிக்கல் செய்தால் லகுவாக தப்பித்துக்கொள்ளவே இப்படி போலியான

பெயர்களில் அவர்களைப் பதிவு செய்கிறார்கள். தொழிலாளர் நலத் துறையும் இந்த மோசடிக்கு உடந்தை. மீறி கேட்டால் "கவர்மெண்ட் பாலிசியே அப்படிதான், மூடிக்கிட்டு வேலையப் பாருன்னு மிரட்டினால் நாங்கள் என்ன செய்யமுடியும்" என்று புலம்பினார்கள். பதிவேட்டின்படி தங்களுக்கு என்ன பெயர் வைக்கப்பட்டுள்ளது என்பதையே நினைவில் வைத்துக்கொள்ளாத பலரும் அங்கிருந்தனர். தவிரவும், இங்கு பெயருக்கென ஏதும் தேவையிருக்கிறதா என்று என்னையே கேட்டார்கள்.

ஜக்லால் பற்றி தொழிற்சாலை நிர்வாகத்திடம் பேசமுயன்றது வீண் வேலைதான். அவர்களைப் பொறுத்தவரை, தங்களுக்கும் இந்த வேலையாட்களுக்கும் எந்தத் தொடர்புமில்லை என்று உதட்டைப் பிதுக்கியதே பெரிய விசயமாக இருந்தது. வேலையாட்களை விநியோகிக்கிற 'டைனமிக் மேன்பவர் சப்ளையர்ஸ்' நிறுவனத்துக்கும் தங்களுக்கும்தான் ஒப்பந்தமேயொழிய வேறு எந்தவொரு வேலையாளுடனும் நிர்வாகம் நேரடியாக தொடர்பு வைத்துக் கொள்வதில்லை என்கிற பதிலைப் பெறுவதற்கே நான் நாலைந்து தடவை அங்கு அலைய வேண்டியதாயிற்று.

தொழிற்பேட்டைக்குச் செல்லும் பிரதானச்சாலையின் வலப்புறத்தில் வாடகைக்கட்டடம் ஒன்றில் இயங்கிவரும் 'டைனமிக் மேன்பவர் சப்ளையர்ஸ்' என்கிற நிறுவனமே ஒரு தொழிற்சாலையைப் போல பரந்துவிரிந்ததாக இருந்தது. ஆமாம், அதை ஒரு தொழிற்சாலை என்று சொல்வதுதான் பொருத்தமாக இருக்கும். அங்கு தொழிலாளர்கள் உற்பத்தி செய்யப்படுகிறார்கள். பின்பு எல்லா இயந்திரங்களையும் உயிர்ப்பித்து உற்பத்திகளையும் செய்து குவிப்பதற்காக தொழிற்பேட்டையின் பலபாகங்களுக்கும் பிரித்து அனுப்பப்படுகிறார்கள்.

அவ்வாறு இம்மாதம் 13ம் தேதி ஜிக்மா பார்மா என்கிற தொழிற்சாலைக்கு பிரித்தனுப்பப்பட்டவர்களில் ஒருவனான இந்த ஜக்லால் பற்றி விசாரிப்பதற்காக நான் 'டைனமிக் மேன்பவர் சப்ளையர்ஸ்' அலுவலகத்திற்குப் போனபோது ஒரு வடஇந்திய கிராமத்திற்குள் நுழைந்துவிட்டது போலிருந்தது எனக்கு. திரும்பிய பக்கமெல்லாம் வடஇந்திய முகங்கள். 'வட இந்தியர்' என்பதைவிடவும் 'தென்னிந்தியரல்லாதார்' என்பதே பொருத்தமான பொதுப்பெயராக இருக்கமுடியும். அதனுள்ளே மேற்கு, கிழக்கு மற்றும் வடகிழக்கு மாநிலத்தவர்களும் கணிசமாய் இருந்தார்கள். தொழிற்பேட்டைக்கு அருகாமையிலிருந்த பெருநகரத்திற்கு ரயில்மூலம் நள்ளிரவில் வந்து

சேர்ந்த அவர்கள் பிளாட்பாரத்திலேயே படுத்திருந்துவிட்டு அதிகாலையில் பஸ்பிடித்து இங்கு கூட்டமாக வந்து இறங்கி யிருந்தார்கள். ஜக்லாலும் இப்படித்தான் வந்திறங்கியிருக்கக் கூடும்.

பசப்பலான வார்த்தைகளைக் கூறி கங்காணிகள் மூலம் வஞ்சகமாகத் திரட்டி வெளிநாடுகளுக்கு கொண்டு செல்லப்பட்ட காலனியாட்சிக் கால கொத்தடிமைக்கூலிகளின் மங்கிய சித்திரத்தை நினைவூட்டும் விதமாக இருந்த அவர்களில் அனேகருக்கும் பதினாறிலிருந்து இருபதுக்குள்தான் வயதிருக்கும். தலை காய்ந்த, மெலிந்த, கண்கள் ஒடுங்கிய, ஏதோவொரு புகையிலை வஸ்துவை வாயிலிட்டு குதப்பிய படி காணப்பட்ட அவர்கள் எல்லோர்மீதும் நீண்ட பயணத்தின் அலுப்பும் சலிப்பும் ரயிலின் வீச்சமும் கவிந்திருந்தன. தங்களது பயணம் இன்னும் முடியவில்லை என்பதுபோல அவர்கள் ஒருவிதமான ஆயத்த நிலையிலேயே இருப்பதாக எனக்குத் தெரிந்தார்கள். எப்போது வேண்டுமாயினும் எங்காவது கிளம்பிப்போக வேண்டியிருக்கும். பஸ், ரயில் என ஒன்றிலிருந்து இன்னொன்றுக்கு மாறிமாறி இங்கு வந்து இப்போதைக்கு இறங்கியிருக்கிறார்கள். குந்தியிருந்த அவர்களில் ஜக்லாலின் குடும்பத்தினர் வேறெவராவதும் கூட இருக்கக்கூடும்.

இவ்வளவு பேரின் வேலைகளையும் இவர்கள் வருவதற்கு முன்பு வரை செய்துவந்த தமிழகத் தொழிலாளர்கள் இப்போது எங்கே தான் போனார்கள்? இவர்கள் இங்கே வந்திருப்பதுபோல அவர்கள் வேறு மாநிலத்திற்கு பஞ்சம் பிழைக்க கூட்டங்கூட்டமாக ரயிலின் கழிவறைகளில் அடைந்து இடம்பெயர்ந்து கொண்டிருப்பார்களா என்ற யோசனையுடன் மேலாளனுக்காக காத்திருந்தேன்.

சப்ளையர்ஸின் மேலாளன் அவ்வளவொன்றும் நல்முகமாக என்னை வரவேற்கவில்லை. சட்டென என்னை அடையாளம் கண்டுகொண்டு விட்ட அவன் அதைக் காட்டிக்கொள்ளாமல் எதிரில் உட்கார வைத்து விட்டு, ஆனால் என்னோடு பேசுவதை தவிர்ப்பதற்காகவோ தள்ளிப் போடவோ, புதிதாக வந்திருப்பவர்களுக்கான கட்டளைகளை அறிவுரைபோல பிறப்பிக்கத் தொடங்கினான். நான் வித்தியாசமாக கருதிவிடக்கூடாதென்றோ என்னவோ அவனது குரலில் செயற்கையானதொரு கனிவு சேர்ந்திருந்தது. அது அழுகிய பழமொன்றின் அழுகாத சிறுபாகம் போன்ற காட்சியாகத் தோன்றி குமட்டியது எனக்கு.

இந்தியில் மிகவும் சரளமான அவனது பேச்சு ஓரக்கண்ணால் என்னைப் பார்க்கும் போதெல்லாம் தடுமாறியது. நான் கேட்கப்போகும்

கேள்விகள் என்று அவனாக சிலவற்றை யூகித்துக்கொண்டு அவற்றுக்கான பதில்போல பேசிக்கொண்டிருந்தான். "பணம் இன்னிக்கு வரும் நாளைக்குப் போகும், உடம்பும் உசுரும்தான் முக்கியம். அது இருந்திட்டா எப்ப வேணும்னாலும் எவ்ளோ வேணும்னாலும் சம்பாதிச்சிக்கலாம். ஷேப்டிதான் பர்ஸ்ட். உங்க ஒவ்வொருத்தர் குடும்பத்துக்கும் பதில் சொல்வது என் பொறுப்பா இருக்கு, புரியுதா?"

ஆனால் அவன் சொல்லிக்கொண்டதைப்போல அப்படியொன்றும் பாதுகாப்பாக வேலை செய்வதற்கென அவர்கள் இங்கு கொண்டு வரப்படவில்லை என்பதற்கு ஜக்லால்தான் பொருத்தமான சாட்சி. அங்கச்சேதமும் உயிரிழப்பும் எப்போதும் நிகழலாம் என்கிற கெடுநிலையில் பணிசெய்யவே அவர்கள் அழைத்துவரப்படுகின்றனர். முறையான படிப்போ பயிற்சியோ இல்லாமல் கண்பார்த்தால் கை செய்யும் என்கிற நம்பிக்கையில் ஆபத்தான பல வேலைகளை அவர்கள் அன்றாடம் செய்து மடிந்தார்கள்.

ஜக்லால் என்றொருவன் தங்களது ஆள்பட்டியலில் இல்லவே இல்லை எனச் சாதித்தான் மேலாளன். பெரியபெரிய பதிவேடுகளைக் காட்டி தன் வாதத்தை நிரூபிக்க முயற்சித்துக் கொண்டிருந்தான். பிறகு கணினியில் தீவிரமாக எதையோ தேடுவதுபோல போக்குக் காட்டினான். மேற்சட்டைப்பையிலும் காற்சட்டைப்பையிலும் வைத்திருந்த துண்டுச்சீட்டுகளையெல்லாம் எடுத்து மேசையின் மீது பரப்பி ஒவ்வொன்றாக உற்றுப்பார்த்து கசக்கிப் போட்டான். சுபாவத்துக்கு ஒம்பாத பொறுமையுடன் அவனது சேட்டைகளைக் கவனித்துக்கொண்டிருந்த நான் ஒருகட்டத்தில் இடைமறித்து "என்னிடம் உள்ள ஆதாரத்தை வேண்டுமானால் தரட்டுமா" என்றேன். "வெளியே போய் பேசுவோமே" என்றான் அவன்.

"வெளியே என்றால் எங்கே?"

"எங்க ஓனரோட ஃபார்ம் அவுசுக்குப் போவமா?"

"ஓ... எங்கே... "

....

"ரொம்ப தூரமாச்சே... "

"சரி, இங்கே பார்டர்ல எங்காச்சும்...?"

"ம். "

ஆளோட்டம் அருகிப் போயிருக்கும் அந்த இடத்தை நான்தான் தேர்வு செய்து அவனை அழைத்து வந்திருந்தேன். அவன் சொல்லும் இடத்திற்கு நம்பிப் போகலாமா என்கிற சஞ்சலத்தில் நானாக முந்திக் கொண்டு சொன்ன இந்த இடத்தை அவன் எவ்வித யோசனையுமின்றி உடனே ஒப்புக்கொண்டது எனக்கு ஆச்சர்யமாக இருந்தது. ஜக்லால் தொடர்பாகப் பேச நான் எங்கு கூப்பிட்டாலும் வந்துவிடச் சித்தமாக அவன் இருந்தான் போல. ஆனால் எனக்கு ரொம்பவும் முக்கியத்துவம் கொடுப்பதாக நான் நினைத்துவிடக்கூடாது என்பதற்காக சற்றே அசட்டையான தொனியில் இருந்தது அவனது பேச்சு.

உள்ளூரில் ஆள் தட்டுப்பாடு, வடமாநிலங்களில் இருந்து ஆட்களைத் திரட்டும் உத்திகள், அதிலுள்ள இடர்ப்பாடுகள், அழைத்து வருவதிலும் வேலைக்கு அமர்த்துவதிலும் பணியிடங்களில் சுமூக நிலையைப் பேணுவதிலும் கையாளும் முறைகள், எதிர்பாராத செலவினங்கள், முறைகேடுகளை மறைப்பதற்கு கொடுக்கப்படும் லஞ்சம் என்று அவன் பெரிய முறைப்பாட்டு பட்டியலை என்முன்னே விரித்துவைத்தான். அவன் சொன்ன இவ்வளவு விசயங்களில் எனக்கு தேவைப்பட்டதோ நான் எதிர்பார்த்ததோ ஒரு சொல்லுமில்லை. ஒருகட்டத்தில், கூடுதலாகப் பேசுகிறோமோ என்று அவனுக்கே தோன்றியிருக்கும்போல, சட்டென நிறுத்திக்கொண்டான். “அய்யோ நீங்க ஏதோ கேட்க வந்ததை மறந்துட்டு நான் என்னோட கோடுகொடுமையை சொல்லிக்கிட்டிருக்கேன்” என்று என் முகத்தைப் பார்த்தான். “சொல்லுங்க சார், என்னமோ லால்னு ஒரு பையனைப் பத்தி ஏதோ கேட்டீங்கில்ல... ”

“என்னமோ லாலா, ஜக்லால்...”

“சார், நீங்களே பாத்தீங்கில்ல, அன்னாடம் வண்டிவண்டியா வந்து இறங்குற இத்தனைப்பேர்ல எந்தப் பையனை ஞாபகம் வச்சுக்க முடியும்?”

“கொஞ்சம் வெளிப்படையா பேசுங்க, ஞாபகம் வச்சுக்காம அதுக்குள்ள மறந்துபோகும் அளவுக்கானவனா ஜக்லால்? ”

“என்னை வெளிப்படையா பேசச்சொல்லிட்டு நீங்கதான் சார் மூடு மந்திரமா பேசுறீங்க. எந்த ஜக்லால்? எந்த ஸ்பாட்ல வேலை பார்த்தவன்? ”

“ஜிக்மா பார்மா...”

“அந்தக் கம்பனிக்கும் எங்களுக்கும் எந்த சம்பந்தமும் இல்ல சார்.”

"தெரியும், அந்தக் கம்பனி பேர்ல நீங்க ஆள் அனுப்புறதில்ல. ஆனால் அதே காம்பவுண்டுக்குள்ள மைக்ரோ பார்மசூட்டிகல்ஸ்னு வெறும் போர்டு தொங்குதே, அந்தக் கம்பனி பேருக்கு ஆட்களை அனுப்புறீங்க. ஆனால் வேலை இந்தக் கம்பனியில."

அவன் பதிலேதும் பேசாமல் இருந்தான். பிறகு, "எந்தப் பேர்ல இன்டென்ட் கேட்குறாங்களோ அந்தக் கம்பனிக்கு நாங்க ஆட்களை அனுப்புறோம் சார். நீங்க சொல்ற இந்த உள்விசயமெல்லாம் எனக்கு எதுவும் தெரியாது சார்."

"ஆனால் அன்னிக்கு ஆஸ்பத்ரில...?"

"சார், மெடிகல் கேஸ் ஏதாச்சும்னா கவனின்னு ஹெட் ஆபீஸ்லருந்து தகவல் வரும். அப்படி எதுக்காவது வந்திருப்பேன்..."

"மத்தபடி உங்களுக்கு எந்தத் தொடர்பும் இல்லேன்றீங்களா?"

ஆமாம் என்பதே அனாவசியம் என்பதுபோல அவன் வேறுபக்கம் பார்த்துக்கொண்டிருந்தான். பதற்றம் நிறைந்த அவனது முகத்தை நான் பார்த்துவிடக்கூடாது என்பதற்காகவும் கூட அவன் அப்படி திரும்பி நின்றிருந்திருக்கலாம். நேருக்குநேர் முகத்தைப் பார்க்கத் தவிர்க்கும் இந்தத் தருணம்தான் சரியானது என்று தோன்றியது. "சரி, அந்தப் பையன் பற்றி இதுவரைக்கும் நான் எழுதியிருப்பதை படிச்சுப் பார்க்கிறீங்களா, உங்களுக்கு ஒருவேளை ஞாபகம் வரும்" என்று அவனிடம் தாள்களை நீட்டினேன். என்பக்கமாக திரும்பிய அவன் என் முகத்தைப் பார்க்காமலே கண்தாழ்த்தி அவற்றை வாங்கிக் கொண்டான்.

***

அதுவொரு ஞாயிற்றுக்கிழமை. தொழிற்பேட்டையின் வார விடுமுறை. ஆள்நடமாட்டம் மந்தமான பிற்பகல்வேளை. பார்டருக்குப் போய் தண்ணியடித்துவிட்டு திரும்பும் வழியில் விபத்தில் சிக்கி காயங்களுடன் தூக்கிவரப்பட்ட இருவரைத் தவிர வேறு நோயாளிகள் யாரும் இல்லை. அவர்களுக்கான சிகிச்சையை முடித்து வீட்டுக்கு கிளம்பும் வேளையில்தான் அந்த ஆம்புலன்ஸ் வந்தது. யாருடைய கவனத்தையும் ஈர்த்துவிடக்கூடாது என்கிற கவனத்தில் சைரன் சத்தமின்றி பூனையைப்போல வந்து நின்ற அந்த வண்டியிலிருந்து பாலிதீன் உறைகள் இரண்டு இறக்கப்பட்டன. ஒன்றில், மனித உடலின் எந்தப்பகுதி என்று சொல்லிவிட முடியாதபடி கொத்தி கூறுபோட்டது போல சதைக்குவியல். இடுப்புவரை

துண்டிக்கப்பட்ட இரண்டு கால்கள் மற்றொன்றில். இடுப்பு வரையிலும் இதில் இருந்ததனால் முந்தைய உறையில் இருந்தது கால்களைத் தவிர்த்த எஞ்சிய பகுதி என யூகிக்க முடிந்தது. மருத்துவரும் நானும் இன்னபிற பணியாளர்களும் இந்தக் கொடூரமான காட்சியைக் கண்டதனால் ஏற்பட்ட அதிர்ச்சியிலிருந்து மீள முடியாமல் தத்தளித்தோம். எப்படி ஆயிற்று என்பது போல மருத்துவர் உடன் வந்த ஆட்களையும் காவல் ஆய்வாளரையும் பார்த்தார்.

காவல் ஆய்வாளரை சரிக்கட்டி கூட்டிவந்திருப்பார்கள் போல, அவர் மருத்துவரை தனியே அழைத்தார் பேசி முடித்துக்கொள்ள. மருத்துவர்தான் என்னையும் உடனழைத்துப் போனார். போஸ்ட் மார்ட்டம், ரிப்போர்ட் அதுஇதுவென என் தயவு தேவை என்பதால் ஆய்வாளன் நான் உடனிருப்பதை ஒன்றும் சொல்லவில்லை. “ஜிக்மா பார்மாவுக்குள் ஆக்சிடென்ட். மருந்து மாத்திரை செய்ற ரா மெட்டீரியல் பெரியபெரிய கட்டியா வருமாம். அதை சீவி அரைச்சு மாவாக்குற மிஷினுக்குள்ள விழுந்திருக்கான். இன்டிமேஷன் வந்ததுமே ஸ்பாட்டுக்குப் போயிட்டேன். வாரி வழிச்சு எடுத்துக்கிட்டு வர இவ்ளோ நேரமாயிடுச்சு.”

தான் சொன்னதை மருத்துவர் நம்பவில்லை என்று நினைத்தோ என்னவோ அந்தாள் மேற்கொண்டும் சொன்னார். விபத்து நடக்கும் போது உடனிருந்து பார்த்தது போன்ற தோரணையில் இருந்தது அவரின் விவரணை. “இந்தப் பையன் யார்னு பிளாண்ட்டுல யாருக்குமே தெரியல. வேறெங்கோ இருந்து ஒரு வாரத்துக்கு முன்னாடிதான் இங்க வந்திருக்கான். அதிலும் இன்னிக்கு சிக்கிக்கிட்ட மிஷின்ல ரெண்டு நாளாகத்தான் வேலை பார்த்திருக்கிறான். கலவை கலக்குற மிக்ஷர் மாதிரியான மிஷின், அதுக்குள்ள ஆறு பிளேடு. ரெண்டு பெரிய கொப்பரைக் கிண்ணங்கள ஒன்னுமேல இன்னொன்னை பொருத்தி மூடினா எப்படி இருக்கும்? அந்த மாதிரி இருக்கு. ஓடிக்கிட்டிருந்த மிஷின் திடீர்னு எதனாலயோ நின்னுப் போயிருக்கு. இந்த முட்டாப்பய சூபர்வசைர் யார்க்கிட்டயாவது சொல்லியிருந்தா தப்பிச்சிருப்பான். இவன் கவனமில்லாம தானே திறந்து கீழ் கிண்ணத்து மேல கவுந்து நல்லா அழுத்திக்கிட்டு உள்ளுக்குள்ள குனிஞ்சு எதையோ நோண்டியிருக்கான். உடம்பு எடை அழுத்தினதாலயா இல்ல வேற என்ன காரணமோ, தடைபட்டிருந்த மிஷின் சுத்த ஆரம்பிச்சிருக்கு. பிடிமானமில்லாம படார்னு அடிச்சு மூடியிருக்கு மேல் கிண்ணம். அந்த வேகத்துல உடம்பு முழுக்க துண்டாகி உள்ளுக்குள்ள சிக்கிருச்சு. கால்பகுதி மட்டும் துண்டாகி

வெளிய விழுந்திருக்கு. வித்தியாசமான சத்தம் கேட்டு மத்த ஆளுங்க ஓடிவந்து மிஷினை நிறுத்துறதுக்குள்ள எல்லாம் முடிஞ்சிப் போச்சு. அவ்வளவு பெரிய மருந்துக்கட்டியவே தூள்தூளா சீவிக் கொட்டுற பிளேடுக்கு மனுச உடம்பு சிக்கினால் என்னத்துக்காகும் டாக்டர்? எல்லாம் விதி..."

"இதில் அவன் விதின்னு என்ன இருக்கு? மற்ற எல்லாரும் செய்த விதிமீறல்கள்தான் அவனை கொன்னிருக்கு". மருத்துவர் இப்படி சொல்வாரென எதிர்பார்க்காத ஆய்வாளர் சற்றே தடுமாறிப் போனார். "நமக்கென்ன டாக்டர், பி.எம். முடிச்சமா பாடியை கொடுத்தமான்னு போய்க்கிட்டே இருக்கவேண்டியதுதான். மற்றதையெல்லாம் நாம் பேசி என்ன ஆகப் போவுது?"என்றார் சுதாரிப்புடன்.

"குடும்பத்துக்கு தகவல் போயிருக்கா?

"அவனோட அண்ணன் வந்திருக்கார். போஸ்ட்மார்ட்டம் முடிச்சுக் கொடுத்தா ஊருக்கு கொண்டு போயிருவார்."

"இன்னிக்கு சண்டே. இந்நேரத்துக்கு மேல் பி.எம். செய்ய முடியாதுனு உங்களுக்குத் தெரியாதா? அதுவுமில்லாம ஆள் வேணுமில்ல? காலையில முதல் கேஸா எடுத்துக்குவம்..."

"பி.எம். செய்ய அதுல என்னயிருக்கு டாக்டர்? அதான் ஏற்கனெவே கொத்துக்கறியாட்டம் கூறுபோட்டு வகுந்துதானே இருக்கு?"

"அதுக்காக நீங்க சொன்ன கதையை அப்படியே பி.எம். ரிப்போர்ட்டா எழுதி கொடுக்கவா?"

சற்றைக்கெல்லாம் யார் யாரிடமிருந்தெல்லாமோ மருத்துவருக்கு போன். வழக்கத்திற்கு மாறான நேரத்தில் போஸ்ட்மார்ட்டம் முடிந்தது.

இறந்துபோனவனின் அண்ணன் என்று கையெழுத்திட்டு சடலத்தை வாங்கிக்கொண்டவன் உண்மையில் அண்ணன் இல்லை என்கிற சந்தேகம் என்னைப் போலவே மருத்துவருக்கும் இருந்தது. அடுத்தவாரத்தில் ஒருவேலையாக இ.எஸ்.ஐ மருத்துவமனைக்கு நான் சென்றிருந்தபோது, வலதுகை பெருவிரல் துண்டான ஒரு இளம் தொழிலாளியின் சித்தப்பனாக அங்கு அவனை அழைத்து வந்திருந்தான். என்ன ஜோடனை இது என்று நான் உள்ளுக்குள் பொறுமிக்கொண்டிருக்கும் போதே அங்கிருந்த பணியாள், "இவனுக்கு

இதே வேலை… இத்தனை பசங்கள இப்படி மொண்டி மூக்கரையா மூளிக்கோலம் பண்ணி தொரத்திவிடுற பாவம் இவனை சும்மா உடாது சார். இவனுக்கெல்லாம் நல்ல சாவே வராது" என்று சபித்தார். அந்த பணியாள் மூலமாகத்தான் இவன், டைனமிக் மேன்பவர் சப்ளையர்ஸ் மேலாளன் என்பது எனக்கு தெரியவந்தது.

***

அவனுக்கு இப்போது நான் யார் என்பது தெரிந்திருந்தது. இனி மறைக்கமுடியாது என்பதான தொனியில், "சார் நீங்க எழுதி யிருக்கிறதெல்லாம் உண்மதான். இப்ப உங்களுக்கு என்ன வேணும்?"

"அந்த பாடிய என்ன செஞ்சீங்க?"

"இங்கயே எரிச்சிட்டோம்."

"அந்தப் பையன் குடும்பத்துக்கு தகவல் தந்தீங்களா? "

"இல்லை. அவன் குடும்பம் பீகார்ல இருக்கு. பீகார்லயும் நேபாள் பார்டர்ல ஜோக்பானிங்கிற ஊருக்குப் பக்கத்தில் என்னமோ ஒரு வில்லேஜ். நேரடியா ரயில்கூட கிடையாதாம் சார், பெங்களூரு ஏஜன்ட்கிட்ட கேட்டோம். உடனே தகவல் கொடுத்தால் கூட வந்து சேர நாலுநாள் ஆகுமாம். அப்படியே தகவல் கொடுத்து பெத்தவங்க வந்தால் எதை அவங்கக்கிட்ட காட்டுறது? என்னன்னு அந்த சதைக் கூழை ஒப்படைக்கிறது? "

"அதுக்காக தகவல்கூட தரமாட்டீங்களா… பிள்ளைய காணலன்னு அவங்க தேடி வரமாட்டாங்களா?"

"மாட்டாங்க சார். சம்பள வாரத்துல பணம் வர்றதை வச்சு பையன் எங்கயோ இருக்கான்றது அவங்க நம்பிக்கை."

"இப்ப அவன் குடும்பத்துக்கு பணம் நின்னிருச்சில்லையா?"

"அதுக்காக செத்துப் போயிருப்பான்னு நினைச்சுக்குவாங்களா சார்? சம்பளம் வந்திருக்காது இல்லன்னா அவன் செலவுக்கே போதாத சம்பாத்தியமா இருக்கும்னு சமாதானம் ஆயிடுவாங்க. இங்க இருக்குற அவங்க கூட்டத்துக்குள்ளயே கல்யாணம் முடிக்கிற பசங்கள்ல பலரும் குடும்பச்செலவை சமாளிக்க முடியாம ஊருக்குப் பணம் அனுப்புறதை நிறுத்திடுவானுங்க. வீட்டாள்களும் சிரமத்தைப் புரிஞ்சிக்கிட்டு பாவம் குடும்பஸ்தனாயிட்டான், அவன் பாடே திண்டாட்டம்னு விட்டுருவாங்க."

“நீங்க சொல்ற லாஜிக் சரி போல தெரியுது. ஆனா வருசக்கணக்கா பிள்ளை ஊருக்கு திரும்பலேன்னா தேடி வரமாட்டாங்களா?”

“எங்கேன்னு தேடுவாங்க? ஏஜன்டுங்க கேரளாவுல வேலைன்னு ஆள் சேர்ப்பாங்க. ஆனா கர்நாடகாவுக்கோ தமிழ்நாட்டுக்கோ தான் அனுப்பிவைப்பாங்க. உள்ளூர்லயும் அப்பப்ப இந்த மாதிரி இடம் மாத்திப்போடறதும் உண்டு. வேலை செய்யுமிடம் நிரந்தரம் இல்லேன்னா முகவரியும் நிரந்தரமா இருக்காதில்லையா? திரும்பி வந்தால் பிள்ளைன்னு தானே இத்தனாயிரம் மைலுக்கு அப்பால துணிஞ்சு அனுப்புறாங்க...”

“அதைத்தான் நானும் சொல்றேன். பிள்ளைய பத்திரமா திருப்பி அனுப்புவீங்கன்னு நம்பித்தானே இத்தனாயிரம் மைலுக்கு அப்பால அனுப்புறாங்க...”

“நீங்க என்ன சார், நாங்கென்னமோ அவனைக் கூட்டியாந்ததே கொல்றதுக்குத்தான்ற மாதிரி வாதாடுறீங்க... ”

“நான் அப்படிதான் நம்புறேன். பயிற்சி கிடையாது பாதுகாப்பு கிடையாது. ஆபத்தான வேலை மலிவான கூலி..”

“ஆமா சார், அந்தக் கூலிக்கும் அங்கே வழியில்லாம தான் இங்கே வர்றாங்க... ”

“அதுக்காக கொன்னு காணாப்பொணமா ஆக்கிருவீங்களோ... ”

“கூட்டியாந்த அத்தனை பேரையும் நாங்க கொன்னுட்ட மாதிரி எதுக்கு இப்படி டென்சனாகுறீங்க? ஒன்னு ரெண்டு இப்படி தவறுறது சகஜம்தான்... உங்க ஆஸ்பத்திரில வைத்தியம் பார்க்க வர்றவங்கள்ல சிலபேர் செத்துப்போறதில்லையா..”

***

ஒரு உயிரைக் காப்பாற்ற ஆனமட்டும் போராடிப் பார்த்தும் கைமீறிப் போகிற நோயாளியின் சாவும், உழைத்து வாழ்வதற்கு வந்த ஜக்பால் மாதிரியான இளைஞர்களை இவர்கள் அரைத்துக் கூழாக்குவதும் ஒன்றா? ஜக்லாலின் சாவுக்கு நீதி கேட்கும் வலுவான ஆதாரமொன்று என் கையில் சிக்கியிருப்பது அறியாமல் இவன் என்னவெல்லாம் பேசிவிட்டான்? துண்டாகி விழுந்து ரத்தத்தில் சொதசொதவென ஊறிக்கிடந்த ஜக்லாலின் இடுப்புக்குக்கீழான பகுதியிலிருந்த உடைகளைக் கத்தரித்து களையும் போது அவனது காற்சட்டைப் பையில் கிடந்த இந்த அடையாள அட்டை ஒன்று

போதாதா இந்த குற்றத்தை அம்பலப்படுத்த? இது எப்படி என் கைக்கு வந்திருக்கும் என்று திடுக்கிட்டுப் போகும் அவனது முகத்தைப் பார்க்கவேண்டும் என்கிற ஆவேசத்துடன் இந்த அடையாள அட்டையை அவன் முன்னே தூக்கிப் போட்டேன். அவனானால் வெகு குத்தலான தொனியில் "இதை வச்சிக்கிட்டுதான் இவ்ளோ தூரம் வந்தீங்களா? அவனை ஆஸ்பத்ரிக்கு தூக்கி வர்றப்ப இந்தக் கார்டை அவன் பாக்கெட்டில் போட்டுவிட்டதே நான்தான்" என்றான்.

வசமாக மாட்டிக்கொண்டதால் அவன் இப்படி ஏதோ சொல்லி தப்பிக்கப் பார்க்கிறான் என்று தோன்றியது. அவனோ உங்க கதையை விட நிஜத்தில் தான் ட்விஸ்ட் அதிகம் கதாசிரியரே என்றபடி தன் தோள்பையிலிருந்து ஐந்தாறு அடையாள அட்டைகளை எடுத்து என் முன்னே போட்டான். எல்லாவற்றிலும் ஐக்லாலின் படம், ஆனால் ஒவ்வொன்றிலும் வேறுவேறு பெயர். இன்னொரு உறையிலிருந்து சில கார்டுகளை எடுத்து பரப்பினான். அவற்றில் வேறொருவர் படம், ஆனால் இதேபோல வெவ்வேறு பெயர்கள். குழம்பிப்போன எனது முகவோட்டத்தை ரசித்தபடி அவன் "எப்பவோ எங்கோ செத்துப் போன இவனுங்க படத்தை வச்சு தயாரிச்ச இந்த கார்டுகள இப்ப இப்படி சாகுறவங்களோட அடையாள அட்டையா காட்டினால் கதை முடிந்தது. நீங்கதான் உங்க கதையை முடிக்க முடியாம ஜவ்வா இழுக்குறீங்க" என்றான் எகத்தாளமாக. என் திணறலைக் காட்டிக் கொள்ளாமல், "போலிசுக்கு போனால் என்னாகும் தெரியுமா" என்றேன். "இப்படி ஏதாச்சும் சிக்கல் வந்தால் பொருத்தமான வசனம் எழுதி கதையை முடிக்கிறதே அவங்கதான். போங்க சார் போய் ஆஸ்பத்ரி டூட்டிய பாருங்க இல்லேன்னா வேற ஏதாச்சும் கதை எழுதுங்க" என்று அவன் கிளம்பினான்.

செத்த பின்னும் அடையாள அட்டையாக இருந்து இவர்களுக்காக உழைக்கும் அந்த அனாமதேயங்களைப் பற்றி ஒரு கதையை எழுதும் யோசனையுடன் நான் அங்கேயே அமர்ந்திருக்கிறேன் வெகுநேரமாய்.

⊙

எழுதா நிலை

என்ன இப்பதான் உனக்கு விடிஞ்சதா, ஆன்லைனுக்கு வர இவ்ளோ தாமதம்?

ரொம்பநாளா உள்ளுக்குள்ள ஓடிக்கிட்டிருந்த ஒரு கதை. எழுதி முடிச்சிடலாம்னு உட்கார்ந்தேன். ரெண்டாம் பத்தியில் சின்னதுரை வாத்தியார்னு ஒருத்தர் வர்றார். அங்கிருந்து கதையே அவரோடதாக மாறுது. வாத்தியார் பற்றி நாலுவரிதான் எழுதியிருப்பேன், குறுக்க மறுக்க யோசனை தாவி ஓட்டம் தடைபட்டிருச்சு. முட்டிமோதித் தள்ளியும் நகரல. பிறகு பார்ப்பம்னு தூக்கிப் போட்டுட்டு இப்பதான் வெளியே வர்றேன்.

என்ன கதை?

ம்... எங்கப்பாவையும் இந்த வாத்தியாரையும் வைத்து

அதுல என்ன சிக்கல், நீ விறுவிறுன்னு எழுதிவிடுகிற ஆளாச்சே?

எங்கப்பா சாவுக்கு வந்திருந்த யார் இந்தக் கதையைப் படித்தாலும், இதில் வர்றவர் சின்னதுரை வாத்தியார்தான்னு யூகிச்சிட்டாங்கன்னா அவரை அவமதிச்சாப்ல ஆயிடும். அவர் நாற்பது வருசமா மறைச்சு வச்சிருந்த அந்தரங்கத்தை நான் எழுதி அம்பலப்படுத்திடக்கூடாதே?

அந்தளவுக்கு மறைத்தாக வேண்டிய விசயமா?

ஆமாம்.

அப்படி என்ன பண்ணினார்?

குழியில் மண் தள்ளப்போற நேரம். வாத்தியாரும் அவரோட சம்சாரம் அல்லி டீச்சரும் ரோட்டோரம் வண்டிய நிப்பாட்டிட்டு பொழிமேல வேகுவேகுன்னு வந்துக்கிட்டிருந்தாங்க. ‘ஆன நேரம் ஆச்சு செத்தநேரம் பொறுங்க. அவங்களும் வந்து முகம் பார்த்துறட்டும். பாவம் நரிப்பள்ளியிலிருந்து வர்றாங்க’ன்னு அவங்களுக்காக நிறுத்தினோம். நம்மளால நிற்குதேன்ற பதைப்பு அவங்களுக்கும் இருக்குமில்ல, அரக்கப்பரக்க ஓட்டமும் நடையுமா ரெண்டாளும் குழிமாட்டுக்கு வந்து சேர்ந்தாங்க. வாத்தியார் கைப்பையிலிருந்து மாலையைத்தான் எடுக்கிறார்னு பார்த்தால் புது

வேட்டி சட்டை திமுக கரைபோட்ட துண்டு. 'கோடித்துணி போர்த்துறதுக்கு நான் உங்க உறவுமுறையில்ல. உங்க வழக்கத்துக்கு பாதகமில்லேன்னா இதுகளை அண்ணன் காலடியில் வைத்து மண்தள்ளுங்க...' என்றார் தளுதளுக்க.

'அரணாக்கயிறைக்கூட அறுத்துட்டு புதைக்கிறதுதானே நம்ம வழக்கம். இப்படி புது உடுப்போட பொதைச்சு அதை எடுக்குற ஆசையில யாராச்சும் குழிய மறுக்கா தோண்டிட்டாங்கன்னா...?'. ஊர் வாரியான் கேட்டதற்கு 'அப்படியெல்லாம் யாரு எடுக்கமாட்டாங்க. மீறி எடுத்தால் பார்த்துக்கலாம்'னு நான் அடமாக நின்னதால் வாத்தியார் கொடுத்த துணிகளை அப்பா காலடியில் வைத்து அடக்கம் முடித்தோம்.

விநோதமா அவர் இப்படி துணிமணி வாங்கி வந்ததுக்கு என்ன காரணம்?

இதே கேள்விதான் சாவுக்கு வந்திருந்த எல்லாருக்குமே. 'நம்ம காளியப்பனுக்கு எப்பவும் கட்சியில் கொஞ்சம் செல்வாக்கு இருந்ததுதானே. டீச்சர் ட்ரெய்னிங் முடிச்சிட்டு போஸ்டிங் வராம காட்டுவேலை பாத்துக்கிட்டிருந்த இந்த சின்னதுரையை காளியப்பன் தான் மெட்ராசுக்கு கூட்டிப்போய் சத்தியவாணிமுத்துவையோ சாதிக்பாட்சாவையோ பார்த்து வேலைக்கு ஏற்பாடு செஞ்சதாக ஒரு பேச்சுண்டு. அந்த விசுவாசத்துக்கு இப்படி செய்திருக்கலாம்'னு பேசிக்கிட்டாங்க.

ஓ, உண்மையும் அதுதானா?

அவரோட வேலை விசயமா எங்கப்பா சில உதவிகள் செய்தது உண்மைதானாம். ஆனால் இவர் துணிமணி எடுத்து வந்ததுக்கு வேறு காரணம் இருக்குன்னு எங்கம்மா ஒரு விசயத்தை சொன்னப்பதான் எனக்கும் ஞாபகம் வந்தது.

ஆனா, எனக்கு தெரிய உங்கப்பா ஏடிஎம்கேல தானே இருந்தார். அவருக்கு ஏன் வாத்தியார் திமுக கரை துண்டு எடுத்தாந்தார்?

அந்தத் துண்டோட இருந்த எங்கப்பா தான் அவரை ஈர்த்தவராம்.

ஓ..

எங்கப்பா 55 முதலே திமுககாரர். திருச்சியில் 1956ல் நடந்த ரெண்டாவது மாநில மாநாட்டுக்கு எங்கூர்லயிருந்து 10பேரை

அழைத்துப் போயிருக்கிறார். சேலத்தில் கட்சித்தலைவர்களோடு நல்ல பழக்கம். தலைமைக்கழக பேச்சாளர்கள் பலரோடும்கூட பரிச்சயம். அதைவிட முக்கியம் எம்.ஜி.ஆரால் பேர் சொல்லி கூப்பிடுமளவுக்கு அவருக்கு நெருக்கமாக அப்பா இருந்தார். பிற்பாடு திமுக ஆட்சிக்கு வந்த தேர்தல்ல இவருக்கு எம்.எல்.ஏ. சீட் கிடைக்காமல் போனது துயரமான ஒரு தனிக்கதை.

*1966*ல் நாங்க நிலம் வாங்கி இங்கே வந்து குடியேறினப்ப எங்க கொட்டாய்க்கு அடையாளமே கூரை உச்சியில் பறக்கிற திமுக கொடிதான். இந்த சின்னதுரை வாத்தியாரும் (அப்ப வாத்தியார் இல்ல. டீச்சர் ட்ரெய்னிங் படிச்சிக்கிட்டிருந்திருந்தாராம்) அவரோட சேக்காளிங்க பத்திருபது பேரும் இது யாருடா புதுசா இப்படி ஒரு திமுக ஆள் நம்மூருக்கு வந்திருக்கிறதுன்னு எங்கப்பாவை வந்து பார்த்திருக்காங்க.

நாங்க இங்க வந்தப்புறமும் அப்பா பத்துநாளைக்கு ஒருக்கா துணிகளை சேலத்துலதான் லாண்டரிக்கு கொண்டுபோய் கொடுப்பார். அங்கத்திய சலவையில் அவருக்கு அப்படியொரு திருப்தி. இங்கேயே இருந்த சலவைக்காரரர் ராஜி ‘ஏன் காளீப்பா நாங்களும்தான் வெளுக்குறோம். ஆனா, இந்த வெளுப்பு வரலியேன்னு கேட்க, அப்பாதான் சேலத்திலிருந்து டினோபால் பவுடர் வாங்கியாந்து கொடுத்து அந்தப் பவுடர் கரைசலில் அலசியெடுப்பதால் வரும் பளீர் வெளுப்பை அவருக்கு காட்டித் தந்திருக்கிறார். அதிலிருந்து அப்பா அவரிடமே துணிகளைக் கொடுத்தார். ஆனாலும் 67 தேர்தல்ல ஓமலூர் ரிசர்வ் தொகுதிக்கு எங்கப்பா சீட் கேட்டிருந்த தகவலை பிற்பாடு தெரிந்துகொண்ட இந்த ஊர்க்காரரர்கள் அந்த எஸ்.சி.ஆளுக்கு துணி வெளுக்கக்கூடாதுன்னு மிரட்டியும்கூட ராஜி பின்வாங்கவில்லை.

அதுவரைக்கும் உங்க சாதி என்னன்னு அந்த ஊர்க்காரங்களுக்குத் தெரியாதா?

வேற ஊர்லயிருந்து வந்து குடியேறி - அதுவும் காட்டுக் கொட்டாய்ல குடியேறி- கொஞ்சநாள்தான் ஆகியிருந்ததாலயும் எங்கப்பாவோட தோற்றம் தொடர்பு இதையெல்லாம் வைத்தும் உடனடியா கண்டுபிடிக்க முடியல போல. ரிசர்வ் தொகுதிக்கு சீட் கேட்டாருன்னதுமே அவங்களுக்கு தேவையான தகவல் கிடைச்சிடுதில்லையா?

‘இடுப்புல கட்டுடான்னா தரையைக் கூட்டிக்கிட்டு திரியுறான்’. ‘அவங்கம்மா ரோடு போடுறா, இவன் அதை அன்னாடம் கூட்டுறான்’னு ஆளாளுக்கு கேலி பேசுமளவுக்கு காலிறங்க தரைபுரளத் தான் அப்பா வேட்டி கட்டுவார். இன்னும் சிலபேர் ‘முழங்காலுக்கு கீழ தெரியுறாப்ல வேட்டி கட்டினா அபராதம் கட்டுற சாதில பொறந்தவனுக்கு வந்த பகுமானத்த பாத்தியா?’, ‘எல்லாம் அந்த பெரியாரும் அம்பேத்கரும் செஞ்ச கேடு. இல்லன்னா இவனெல்லாம் இப்படி தோள்ல துண்டு போடுவானா? கக்கத்துல துண்டை இடுக்கினு கையில செருப்பத் தூக்கினில்ல திரிஞ்சிருப்பான்’னு கறுவிக்கிட்டிருப்பாங்க.

அப்பாவுக்கு இதெல்லாம் பொருட்டேயில்ல. கண் கூசுமளவுக்கு வெளேர்னு எட்டுமுழ கைத்தறி வேட்டி. முழங்கை வரைக்கும் ஏற்றி மடித்த முழுக்கைச் சட்டை, கருப்புசிவப்பு சன்னக்கரையோடின துண்டு, வார் வைத்த தோல்செருப்பு, கடியாரம்னு மிடுக்கான தோற்றத்தில் தான் எங்கப்பா எப்பவும் வெளியே கிளம்புவார். வேறு பகட்டோ ஆடம்பரமோ இருக்காது. ஆனால் அதுக்கே கொத்துக்காரி ரோடுபோட்டு சம்பாதிக்கிறதையெல்லாம் இவன் துணிபோட்டே அழிக்கிறான், மிராசாட்டம் மினுக்குறான்னு அக்கம்பக்கம் பொருமல்.

ஆனால் சின்னதுரை ஐமாவுக்கு எங்கப்பாவோட தோற்றம், பேச்சு, அரசியல் தொடர்பு இதெல்லாம் ஈர்ப்பா இருந்திருக்கு. அந்த காளீப்பனோட நெறமும் குணமும் தெரிஞ்சும் இப்படி சாதிகெட்டு பழகுறானுங்களே இந்தப் பயல்கள்னு ஊராட்கள் தடுத்ததையும் கேட்காமல் சின்னதுரையும் அவரது கூட்டாளிகளும் எங்கப்பாக்கிட்ட எப்பவும்போல ஒட்டுறவாகத்தான் இருந்தாங்க. இவங்கெல்லாம் சேர்ந்துதான் முதமுதல்ல வெள்ளிக்குளம் திமுக கிளைக்கழகம் ஆரம்பிச்சிருக்காங்க.

சின்னதுரை சாருக்கு ட்ரெய்னிங் போயிருந்தப்ப பழக்கமாகியிருந்த அல்லி டீச்சரை கல்யாணம் முடிக்க ஆசை. அந்த டீச்சரம்மாவுக்கும் தான். ஆனா ரேகை வைத்த சாதிப்பையன் வேண்டாம்னு அவங்க வீட்டாள்கள் ஒத்துக்கல. எங்கப்பா தான் தலையிட்டு...

ஏய், இருயிரு. ரேகை வைத்த சாதினா என்னன்னு முதல்ல சொல்லிட்டு மேலே போ.

கிரிமினல் ட்ரைப்ஸ் - குற்றப்பரம்பரையினர்- அதாவது நாட்டுல நடக்குற குற்றங்களையெல்லாம் செய்கிறவர்கள்னு பிரிட்டிஷ்

ஆட்சியால் அறிவிக்கப்பட்டிருந்த பல சாதிகளில் ஒன்றைச் சார்ந்தவர். எட்டுவயசுக்கு மேற்பட்ட இந்தச் சாதி ஆண்கள் எல்லாருமே ராத்திரியானால் போலிஸ் ஸ்டேசன்ல இல்லாட்டி கிராம முன்சீப்கிட்ட கைரேகை பதிச்சுட்டு அவங்க காட்டுற இடத்தில் படுத்திருந்துவிட்டு விடிஞ்சப்புறம்தான் வீடு திரும்பமுடியும்.

ச்சே, என்ன கொடூரம்...

நீ இதை கேள்விப்பட்டிருப்பேன்னு நினைத்தேன். எந்தச் சாதியில்தான் குற்றவாளி இல்லை? ஒரு சாதியில் பிறந்த எல்லாருமே குற்றவாளியாகத்தான் இருப்பாங்கன்னு முத்திரை குத்துவது என்ன நியாயம்? எப்படி அந்த மக்கள் பொறுப்பாங்க? அங்கங்கே நிறைய போராட்டங்கள் நடந்திருக்கு. ஆணும் பெண்ணுமாக பலபேர் செத்திருக்காங்க. நம்ம சுதந்திரப் போராட்ட வரலாற்றில் இதெல்லாம் ஒற்றைவரியாகக்கூட இல்லை. போராடினவங்களுக்கும் இது ஒரு கோரிக்கையாக இல்லை.

ம்ம். அவங்களுக்கே அக்கறை இல்லாத இந்த வரலாறு புவியியலையெல்லாம் நாமெதுக்கு இவ்வளவு நேரம் பேசணும்? லவ் மேட்டருக்கு வா.

லவ் மேட்டரா? ஏதோ இலக்கியம் சினிமா அரசியல்னு சாட் பண்ணிக்கிட்டிருக்கோம்னு நினைச்சேன். நீ லவ்வா கன்வர்ட் பண்ணிட்டியா? மூணாம் பேருக்கு தெரியும் முன்னாடி இந்த நினைப்பை மூட்டைக்கட்டி வை பொண்ணே.

அடச்சீ கிழமே, உனக்கு இந்த நெனப்பு வேறயா? சின்னதுரை அல்லி விசயத்த சொல்லுய்யா.

ஓ அதுவா, சின்னதுரை சார் எங்கப்பாக்கிட்ட விசயத்தை சொன்னதும் இவர் நேரா அல்லி டீச்சர் வீட்டாரிடம் பேசப் போயிருக்கிறார். முதல்ல அவங்க ஒத்துக்கல போல. இவர் தான் மல்லுக்கட்டி சம்மதிக்க வச்சிருக்கார். ஆனால் ரெண்டுபேர்ல ஒருத்தருக்காவது போஸ்டிங் ஆர்டர் வந்தப்புறம் தான் கல்யாணம்னு சொல்லியிருக்காங்க. அதுவும் சரிதானே... வேலை இல்லாம இருக்கிறப்ப கல்யாணம் பண்ணிக்கிட்டு என்னன்னு பிழைக்க? வேலைக்கு நானாச்சு பொறுப்புன்னு சொல்லிட்டு வந்த எங்கப்பா அந்த வாரமே சின்னதுரை சாரை கூட்டிக்கிட்டு அவரோட போஸ்டிங் விசயமா மெட்ராஸ் போய்ட்டு வந்தார்.

மெட்ராசிலிருந்து அவர் ஊர் திரும்பி ஒரு நாலைந்துநாள் இருக்கும். அன்னிக்கு ராத்திரி நான், எங்க தாத்தம்மா, தம்பிங்க, தங்கைங்க எல்லாரும் எப்பவும்போல அந்த புரட்டாசி குளூர்லயும் வாசல்ல உட்கார்ந்திருக்கோம். ராச்சாப்பாடு போய்க்கிட்டிருக்கு. எங்கப்பாவும் அவரோட நண்பர் சவரிமுத்துவும் தாவரத்தில் உட்கார்ந்து ராந்தல் வெளிச்சத்தில் முரசொலியை படிச்சிக்கிட்டிருந்தாங்க. திமுக பொதுக்குழு முடிவுகளை விளக்கி கடற்கரையில நடந்த பொதுக் கூட்டத்தில் கலைஞர் பேசிய பேச்சு தலைப்புச்செய்தியா வந்திருந்தது.

“என் மடியில் ஒரு கனி விழுந்தது. அதை எடுத்து என் இதயத்தில் வைத்துக்கொண்டேன்; அதுதான் எம்ஜிஆர் என்றாய் நீ! நீ மறைந்த போது உன் இதயத்தை நான் கேட்டேன். அந்தக் கனியோடு உன் இதயத்தை எனக்குத் தந்தாய்!. கனியை வண்டு துளைத்து விட்டது; இதயத்தை துளைக்குமுன்பு அதை எடுத்தெறிந்துவிட்டேன்! என் அண்ணனே என்னை மன்னித்துவிடு!”. ‘திருக்கழுக்குன்றம் பொதுக் கூட்டத்தில் தலைவர் பேசினதை கேட்டப்பவே இப்படி ஏதோ நடக்கப்போகுதுன்னு தோனுச்சு. இந்தா கதைய முடிச்சிட்டு மு.க. என்னவொரு வாய்ஜாலம் காட்டியிருக்காரு பாத்தியா..’ன்னு பொருமின சவரிமுத்து சடார்னு முரசொலியை எரித்தார். என்ன சவரி, நாம் இப்பவரைக்கும் திமுக தான், அது நம்ம கட்சியோட பத்திரிகை. நமக்கு தலைவரை பிடிக்கும். ஆனால் மு.க. நமக்கொன்னும் எதிரியில்ல’ என்று அப்பா தீயை அணைத்தார்.

ரொம்ப மெச்சூர்டா இருக்கே உங்கப்பாவோட அப்ரோச்...

மேலுக்கு அப்படிதான் தெரியும். அப்பா அப்போதைக்கு அப்படி சொன்னாலும் அவருக்கும் கோபம் இருந்தது. அது எம்.ஜி.ஆரை நீக்கிய கோபமா அல்லது தனக்கு எம்.எல்.ஏ. சீட் கிடைக்காமப் போனதால உள்ளுக்குள் பதுங்கியிருந்த குமைச்சலான்னு தெரியல. ஆனால் திமுகவிலிருந்து எம்ஜிஆரை நீக்கினதுக்கு எதிர்ப்பு தெரிவிச்சு உடுமலைப்பேட்டை இஸ்மாயில்னு ஒருத்தர் தீக்குளித்து இறந்துபோனதாக கிடைத்திருந்த செய்தியால அவர் ரொம்பவும் கொந்தளிப்பாக இருந்தார்னு தெரியும்.

நாமளும் ஏதாவது செய்தாகணும்னு ரொம்பவும் ஆவேசமா பேசுறதும் கொஞ்சநேரம் அமைதியா யோசிக்கிறதுமா இருந்தாங்க ரெண்டுபேரும். ரோட்டோரத்தில் இருக்குற எங்க சோளக்காட்டுக்குள் மறைந்திருந்து கல் வீசி இந்த மார்க்கமா ராத்திரில சேலம் கோவை

சென்னை திருப்பதிக்குப் போய்வரும் டிடிசி - திருவள்ளுவர் போக்குவரத்துக்கழக - எக்ஸ்பிரஸ் பஸ்களை சேதப்படுத்துறதுதான் அவங்களோட முதல் திட்டம். ஆனா கல்லடியில் சனங்களுக்கு ஏதாச்சும் பாதிப்பாயிட்டால் அது தலைவருக்குதான் கெட்டப்பேர் உண்டாக்கும்னு அந்தத் திட்டத்தை கைவிட்டாங்க. அதுக்கு பதிலா ரோட்டுல குண்டாங்கல்லுகளை உருட்டிப்போட்டு பஸ்களை தடுத்து நிறுத்தி ஆட்களை இறக்கிவிட்டுட்டு கண்ணாடிகளை உடைத்து சேதப்படுத்துறது இல்லன்னா ஒன்னு ரெண்டு பஸ்ஸை கொளுத்துறது. கொளுத்தின கையோட பொம்மிடிக்கோ மொரப்பூருக்கோ போய் ரயிலேறி மெட்ராஸ் போய் தலைவரை பார்க்கிறதுன்னு பேசிக்கிட்டிருக்கிறப்ப தான் கொட்டாய்க்கு அள்ளையிலிருந்து யாரோ வர்றது தெரிஞ்சிருக்கு. எம்.ஜி.ஆர். சப்போர்ட்டர்ஸ்னு தெரிகிறவங்களை அரஸ்ட் பண்றதா தகவல் இருந்ததால போலிஸ்தான் வருதோன்னு கிணத்துப்பக்கம் பதுங்கப்போன எங்கப்பாவும் சவரிமுத்து மாமாவும் வந்தது போலிசில்ல, சின்னதுரை வாத்தியார்னு தெரிஞ்சதும் சிரிச்சிக்கிட்டாங்க.

சின்னதுரையும் எம்.ஜி.ஆர். விசயமாத்தான் வந்திருக்கிறதா நினைச்சுக்கிட்டு 'நியூஸ் தெரிஞ்சு நீ மட்டும் எப்படி நிம்மதியா இருந்திருப்ப'ன்னார் சவரிமுத்து. ஒன்றும் சொல்லாமலிருந்த சின்னதுரையிடம் 'ஏம்பா, இம்மாம்பெரிய ஐவேஸ் இருக்கு நீ என்னடான்னா குள்ளநரியும் முள்ளம்பன்னியும் குறுக்கும்மறுக்குமா திரியுற கரட்டுக்குள்ள பூந்து வந்திருக்கியே இந்நேரத்துக்கு'னு எங்கப்பா கடிந்துகொண்டார்.

பிறகு பலதும் பேசிக்கிட்டிருந்தவங்க, மல்லிகா பஸ் போனதைப் பார்த்ததும் 'நேரம் போனதே தெரீல, பத்து மணியாயிடுச்சே. படுத்தெழுந்து கோழிகூப்பிட பார்ப்பம்'னு கலைந்தார்கள். சவரிமுத்தோட போன சின்னதுரை ரோடு ஏறினதும் 'நீ போய்க்கிட்டே இரு மாமா நான் காளியப்பண்ணன்கிட்ட ஒரு முக்கியமான விசயத்தை சொல்ல மறந்துட்டேன். சொல்லிட்டு விசுக்குனு வந்துர்றேன்'னு மறுக்கா கொட்டாய்க்கு வந்தார்.

எதுக்கு?

பொண்ணு வீடு பார்க்க முறையா சொந்தபந்தங்களோட வரச் சொல்லி தனக்கு வந்த லெட்டரை எங்கப்பாக்கிட்ட காட்டத்தான் சின்னதுரை முன்னாடி வந்திருந்திருக்கிறார். வந்த இடத்தில்

தாய்மாமன் சவரிமுத்துவைப் பார்த்ததும் சொல்லாமல் போன இந்த விசயத்தை சொல்லத்தான் இப்ப மறுக்கா வந்தது. 'எப்ப போகணும்'றார் அப்பா. 'நாளை புதன்கிழமை, நல்லநாள் போய்ட்டு வந்துடலாம்னுது அம்மா. நீங்களும் வரணும்ணா' - சின்னதுரை. 'சரி, நான் உன்கூட வந்துட்டு அங்கிருந்து மெட்ராஸ் போய்க்கிறேன்'னு அப்பா சொன்னப்புறமும் சின்னதுரை எதையோ சொல்லத்தயங்கி நின்னதை யூகிச்சிட்டு 'வேறு விசயம் எதாச்சும் இருக்கா தம்பி'ன்றார்.

அமைதியாக இருந்த சின்னதுரை, 'என்னண்ணா பொழப்பு இது? பொண்ணு பார்க்கப் போறப்ப போட்டுனு போறதுக்குகூட நல்லதா ஒரு உருப்படி துணி இல்லாத எனக்கெல்லாம் இப்ப கல்யாணம் எதுக்குனு தோனுது'ன்னு தேம்புறார். 'அடச்சே இதுக்கா இப்படி மருகிறே... நாளைக்கே போஸ்டிங் வந்துட்டா உன்னூட்டு தரித்திரம் ஒழிஞ்சிடப்போகுது. அந்தப் பிள்ளையும் சம்பாதிக்கப் போறாள். வேறென்ன வேணும்?'னு அப்பா அவரைத் தேற்றினார்.

பிறகு கொட்டாய்க்குள் போனவர் இன்னும் பிரிக்காதிருந்த ஒரு பொட்டலத்தைக் எடுத்தாந்து அவரிடம் கொடுத்து, 'என் சைஸ் உனக்கு சரியாத்தான் இருக்கும், போட்டுப்பார்'னார். ராந்தல் வெளிச்சத்தில் வைத்து 'பஷீர் டிரஸ்மேக்கர்ஸ்'ன்ற உறையைப் பிரித்துப் பார்த்த சின்னதுரை 'அய்யோ அண்ணா இது புதுச் சட்டையா இருக்கு, வேணாம். உங்க சலவைச்சட்டையும் வேட்டியும் குடுங்க, அதுவே போதும். ஊராள்களுக்குத் தெரியாம கொண்டாந்து திருப்பிக் கொடுத்துடறேன்'னார். எங்கப்பா பிடிவாதமா மறுத்து 'மாப்பிள்ளனா மாப்பிள்ள மாதிரிதான் இருக்கணும். பஷீர்னு இந்த பாப்ளின் புதுச்சட்டையிலதான் நீ பொண்ணு பார்க்க வர்றே'னு சொல்லிட்டார். 'பஸ் சார்ஜ்க்கு பயப்படாத, வா பாத்துக்குவம்'னு சொல்லி வழியனுப்புறப்ப 'போஸ்டிங் வர்ற இந்த சமயத்துல உன்பேர் கட்சி சம்பந்தமான எதிலும் அடிபட வேணாம், கவனம்'னார் அப்பா.

> ஓ, அந்த வேட்டி சட்டை கணக்கைத்தான் உங்கப்பாவோட குழியில வச்சு நேர் செய்துக்கிட்டாரா சின்னதுரை?

ஆமா. 'சின்னதுரை துணி வாங்கிப்போற விசயம் அவங்காளுங்க காதுக்கு போகக்கூடாது. எளக்காரம் பேசி ஏலம் விட்டுருவானுங்க'னு அப்பா எச்சரிச்சதால நாங்க யார்ட்டயும் சொன்னதில்ல. இப்பகூட அவர் அப்பா சாவுக்கு துணியெடுத்து வரலன்னா இதை எழுதணும்னு நான் நினைச்சிருக்கவேமாட்டேன்.

அதை உங்கப்பா உயிரோடிருந்தப்பவே சின்னதுரை செய்திருக்கலாமே?

நானும் இதையேதான் அவர்ட்ட கேட்டேன். தன்னோட கல்யாணத்துக்கு, அதுக்கடுத்து வந்த கிருஸ்துமசுக்கு, வீடு பால் காய்ச்சுக்கு-ன்னு துணியெடுக்கப் போனப்பவெல்லாம் வாத்தியார் வற்புறுத்தியும்கூட எங்கப்பா மறுத்துட்டாராம். ஒருதடவை கோப்டெக்ஸ்ல வாத்தியாருக்கு துணிக்கடன் கிடைச்சப்ப உங்களுக்கு பிடிச்ச கைத்தறி வேட்டி வாங்கலாம்ணே வாங்கன்னு அப்பாவை கூப்பிட்டிருக்கார். 'நா உனக்கு கடனா கொடுக்கல. ஆனா நீ கடன் வாங்கியாச்சும் என் கடனை அடைக்க நினைக்கிறியா?'ன்னு வருத்தப் பட்டாராம். அதுக்கப்புறம் அந்த முயற்சியை கைவிட்ட சின்னதுரை வாத்தியார் 'இப்பவும் விட்டுட்டேன்னா நான் எப்பதான் அவருக்கு என் காணிக்கையை தர்றதுன்னுதான் ஓடியாந்தேன்'னு அழுதார்.

அவர் காணிக்கையா தரணும்னு நினைச்சதை எங்கப்பா தான் தவறாக கடனா நினைச்சிருக்கார். இந்த விசயத்தை இவ்வளவுகாலமும் ஞாபகத்துல வச்சிருந்து நிறைவேத்தின வாத்தியாரோட குணத்தைப் பற்றி நான் எழுதினாலும் அது அவர் எங்கப்பாக்கிட்ட துணிவாங்கிப் போட்ட விசயத்தையும் வெளிப்படுத்திடும் இல்லையா? அவரோட சாதியாட்கள் இதை சாதாரணமா எடுத்துக்க மாட்டாங்க. போயும் போயும் அந்தச் சாதியான்கிட்ட துணிவாங்கிப் போட்டவன் குடும்பம்தானேன்னு கேவலமா பேசுவாங்க.

ம், புரியுது. நீ இந்தக் கதையை எழுதாம இருக்கிறதுதான் அவங்க ரெண்டுபேருக்குமான மரியாதை. ஆனா இதேவேகத்துல, 1967 தேர்தல்ல உங்கப்பாவுக்கு சீட் கிடைக்காதது துயரமான தனிக்கதைன்னு சொன்னியே அதை எழுதேன்.

ஆமா, எழுதணும். ஒரு இயக்கம் கொடுக்குற உள்வலிமையால பொதுவெளிக்கு வர்ற எங்கப்பா மாதிரியான சாமானியர்களை இங்கிருக்கிற சாதியம் எப்படி மறிச்சு திருப்பியனுப்ப கபடம் செய்யும் - அதை எதிர்கொள்ள இவங்க எப்படியான நுட்பத்தையும் வியூகத்தையும் கையாண்டு நிலைநின்றார்கள்னு சொல்ல அந்தக் கதையை எழுதித்தானாகணும்.

⊙

- கவிதைத் தொகுப்புகள்

புறத்திருந்து

பூஜ்ஜியத்திலிருந்து துவங்கும் ஆட்டம்

தந்துகி

ஆதவன் தீட்சண்யா கவிதைகள்

மிச்சமிருக்கும் ஒன்பது விரல்கள்

- சிறுகதைகள்

எழுதவேண்டிய நாட்குறிப்பின் கடைசிப் பக்கங்கள்

இரவாகிவிடுவதாலேயே சூரியன் இல்லாமல் போய்விடுவதில்லை

ஆதவன் தீட்சண்யா சிறுகதைகள்

லிபரல்பாளையத்துக் கதைகள்

நீங்கள் சுங்கச்சாவடியில் நின்றுகொண்டிருக்கிறீர்கள்

- புதினம்

மீசை என்பது வெறும் மயிர்

- கட்டுரைகள்

இட ஒதுக்கீடல்ல, மறு பங்கீடு

ஆகாயத்தில் எறிந்த கல்

ஒசூர் எனப்படுவது யாதெனின்

இதுவொன்னும் பழைய விசயம் இல்லீங் சாமி

எஞ்சிய சொல்

தூர்ந்த மனங்களைத் தோண்டும் வேலை

- நேர்காணல்கள்

நான் ஒரு மநுவிரோதி